माझा मीच वैरी

तीन अंकी सामाजिक नाटक

महाराष्ट्र राज्य मान्यता : DRM 540/82 of 25/5/82

लेखक : श्यामकांत कुलकर्णी

D9900501

Eagles Flight Books

406 Stuart Ct

West Deptford, NJ 08086

Publisher: Rekha Kulkarni

406 Stuart Ct.

West Deptford, NJ 08086, USA

या नाटकाचा प्रयोग करण्यापूर्वी लेखकाची लेखी परवानगी घेणे आवश्यक आहे.

संपर्क : 406 Stuart Ct., West Deptford, NJ   08086, USA

ISBN: 13-978-1480212251

ISBA: 10-1480212253

या नाटकाचा पहिला प्रयोग १९८२ मध्ये गणेशोत्सवाचे निमित्ताने चिमणबाग कलाकार मंडळातर्फे भरत नाट्यमंदिर , पुणे येथे झाला.

दीपक

आणि

सौ. रेखास

दोन शब्द

प्रस्तुत नाटक लिहिताना मला कै. नाट्य महर्षी भालबा केळकर व सुप्रसिद्ध मराठी नाटककार कै. वसंत कानेटकर या दोघां मान्यवरांचे मार्गदर्शन लाभले हे माझे महत् भाग्यच होते. या दोघा मान्यवराना मी नाटक वाचवून दाखवीत असे व नंतर आम्ही त्यावर चर्चा करिता असू. वसंतरावानीच माझी भालबांशी ओळख करुन दिली होती. त्यांच्या कडून मला खूप काही शिकावयास मिळाले. या दोघांचा मी अत्यंत ऋणी आहे. महाराष्ट्र एज्यूकेशन सोसायटीच्या विमलाबाई गरवारे हायस्कूलचे मुख्याध्यापक डॉ. प्र.ल.गावडे यांनी या काळात मला अनेक मराठी नाटके वाचावयास उपलब्ध करून दिली याचा मला येथे आवर्जून उल्लेख करावासा वाटतो. त्यांचे आभार मानावे तेवढे थोडेच आहेत. याचा पहिला प्रयोग चिमणबाग गणेशोत्सव मंडळाच्या कलाकारांनी केला. याबद्दल चिमणबाग गणेशोत्सव मंडळाचा मी अत्यंत आभारी आहे. त्यावेळी श्री. भागवत यांनी या नाटकाचे दिग्दर्शन केले. या सर्व मंडळींचा मी अत्यंत आभारी आहे.

श्यामकांत कुलकर्णी

१४ नोव्हेंबर २०१२, बलिप्रतिपदा

माझा मीच वैरी

अंक एक

(डॉक्टर लोधींच्या बंगल्यातील दिवाणखाना. सर्व साधारण बंगल्याप्रमाणे याची सजावट आहे. मागच्या बाजूला दोन दारे आहेत दाराच्यामध्ये एक मोठी आडवी खिडकी, साडेचार फूट उंच आणि सहा फूट लांब आहे. खिडकीच्यावर थोर देशभक्त राष्ट्रपिता महात्मा गांधींचा फोटो आहे. फोटोला एक सुती. गाठींचा हार कायमचा घातलेला आहे. त्या शेजारीच एफ आर सी एस चे सर्टीफिकेट असलेली फ्रेम दिसते. उजवीकडचे दार बाहेर व्हरांड्यात उघडते. व्हरांड्याचे पलीकडे पोर्च व फाटक आहे. डावीकडचे दार बंगल्याचे अंतर्भागात जाते. तिकडे किचन असावे. हॉलमध्ये सोफासेट व दोन आराम खुर्च्या आहेत. उजवीकडे कोपऱ्यात लहान स्टुलावर टेलिफोन आहे. टेलिफोन लगतच एक फुलदाणी आहे. त्यात गुलाबाचे फूल आहे. सोफ्यासमोर एक टिपॉय आहे त्यावर सात आठ वर्तमानपत्रे आहेत. सकाळी नऊचा सुमार आहे.

पडदा उघडल्यावर प्रथम स्टेजवर कोणीच नाही. रामा गडी एक दोन वेळा येऊन फडके मारून, वर्तमान पत्रांच्या घड्या एकावर एक ठेऊन तर कधी विसकटून जातो.

दारावरची घंटा वाजते. रामा येऊन दार उघडतो. डॉ. लोधींचे पी.ए. देशमाने आत येतात. चाळीस वर्षे वयाचे, किंचित स्थूल अंगयष्टीचे गृहस्थ. शर्ट, लेंगा, मळका कोट असा वेश.)

देशमाने - साहेब झोपेतून उठले का?

रामा गडी - न्हाई . अजून उठलं न्हाईत. रोजचा टाइम झाला. पर आज अजून न्हाईत उठलं. राती पार्टीला गेला व्हतं. वाईच नशापाणी झाल असन तवा...

देशमाने - बरोबर. आजच्या पेपरात बातमी आली म्हणजे काल न्यूज कॉन्फरन्स झाली असणार. तेंव्हा हे आलच ओघाने. मी साहेब उठेपर्यंत बसतो. ऑफिसची थोडी कामे आहेत. इथच डिसिजन झाला तर बरेच होईल.

रामा- पर वाढूळ बसाया लागल. आज साहेब लवकर उठायचं न्हाईत. (रामा गडी डाव्या दाराने आत जातो. श्री देशमाने पेपर वाचत सोफ्यावर बसतात. पेपराची घडी हातात घेऊन ते पुढील बातमी स्वतःशीच मोठ्याने वाचतात.)

देशमाने -" मेडिकल कॉलेजचे डीन डॉ. लोधी यांची कमाल. संपूर्ण तुटलेला हात जोडला! धनबादमध्ये अशा प्रकारची पहिलीच शस्त्रक्रिया." वा! वा! काय मथळा दिला आहे. आणि शेजारीच हाताच्या पंजाचा फोटो साहेबासह छापला आहे.

(पुन्हा दारावरची बेल वाजते.या वेळी स्वतः देशमाने उठून दार उघडतात. डॉ. पुंडलीक घाईघाईत आत येतात. त्यांनी शर्ट, कोट, सुट, बूट आणि टाय परिधान केलेला आहे. दाढी घोटलेली. केसांचा भांग पाडलेला. वय ४० ते ४५ चे दरम्यान. हे मेडिकल कॉलेजात प्रोफेसर ऑफ मेडिसीन आहेत. आता त्यांच्या हातात एक हार आणि पुष्पगुच्छ आहे. ते दारातूनच ओरडतात,)

डॉ. पुंडलीक - साहेब कोठे आहात? कोठे आहात हो तुम्ही? मला उशीर तर नाही झाला? आताच वाचले, तसाच लगेच धावत आलो.

देशमाने - बसा. बसा. बाकी आपल्याला तुमच्याएवढे प्रसंगावधान नाही. हे हार आणि पुष्पगुच्छ मी विसरलोच. प्रत्येक वेळेला तुम्हाला बरे हे सुचते? हे हे आणायचे? साहेब येत आहेत. बसा. अजून उठलेच नाहीत.

डॉ. पुंडलीक - (शेजारी बसत) पण साहेबांनी कमाल केली. एवढे मोठे ऑपरेशन अगदी पंधरा मिनिटात केले म्हणे. आपले साहेब म्हणजे अगदी धन्वंतरी आहेत बर का! पेपरात बातमी सविस्तर दिली आहे. छान कव्हर केले आहे. देशमाने, तुम्ही कधी आलात?

देशमाने- मी आताच तुमच्यापुढे आलो. पाच मिनिटे झाली मला येऊन.

डॉ.पुंडलीक - बातमी वाचलीत ना? तुम्हाला कधी समजले?

देशमाने - सकाळी पेपरात वाचले तेंव्हाच समजले. लगेच धावत इथे आलो. नीट वाचायला जमलेच नाही.

(डॉ. पुंडलीक पेपर उचलून हातात घेतात.)

डॉ. पुंडलीक - घ्या. वाचा. नीट वाचा. नाहीतर थांबा. मीच वाचून दाखवितो. चष्मा आता आणला नसेल. होय ना? ऐका.

"धनबाद, दिनांक ३०. येथील एका हेवी मशिनरी तयार करणाऱ्या कारखान्यात काल एका कामगाराचा हात यंत्रात सापडून कापला गेला व संपूर्ण तुटला. हा तुटलेला हात यशस्वीरीतीने जोडण्याची शस्त्रक्रिया

आर.जी. मेडीकल कॉलेजचे डीन डॉ. लोधी यांनी पार पाडली. अक्सीडेंट नंतर कामगाराला त्वरेने अम्ब्युलंसने आणण्यात आले. सोबत तुटलेला पंजा बर्फात घालून आणला होता. सुमारे चार तास चाललेल्या या शस्त्रक्रियेत डॉ. लोधी यांनी कौशल्याची पराकाष्ठा केली व तुटलेला हात यशस्वीरीत्या जोडला. अशी शस्त्रक्रिया अद्यापपर्यन्त धनबादमध्ये केली गेली नव्हती. या नैपुण्याबद्दल डॉ. लोधी यांचे करावे तेवढे अभिनंदन थोडेच आहे. “

(डॉ. पुंडलीक पेपर खाली ठेवतात.व पुढे म्हणतात,)

डॉ. पुंडलीक - आता मेडीकल सोसायटीत साहेबांचा सत्कार करायला हवा. आज दुपारीच खास सभा भरवून सत्कार करायचे ठरविले आहे. रामा.. अरे रामा, हा रामा गेला तरी कुठे? (रामा आत येतो.)

रामा - साहेब येत आहेत. उठले आहेत. आता पाच मिनिटात येतील.

(फोनची घंटा वाजते. देशमाने फोन उचलतात.)

देशमाने- हलो, डीनचा बंगला. मी पी. ए. देशमाने बोलतोय. कोण? (दचकतो) येस सर, येस सर. वन मिनिट प्लीज. साहेब आत आहेत. आता बोलावतो. प्लीज होल्ड ऑन सर.

(फोन खाली ठेऊन लगबगीने आत जातो. जाता जाता मोठ्याने बडबडतो, ”साहेब, मुंबईचा फोन आहे. हेल्थ मिनिस्टर. रामा, अरे रामा, साहेब कुठे आहेत? लवकर, बी क्वीक सर. नाहीतर ही विल बी अपसेट.” आत जातो.

पाठोपाठ आतून डॉ. लोधी बाहेर येतात. वय पंचेचाळीस ते पन्नासच्या दरम्यान. नुकतेच बिछान्यातून उठून ते आलेले आहेत. लेंगा व नाईट गाऊन घातलेला आहे. केस अस्ताव्यस्त झालेले आहेत. ते फोन घेतात.)

डॉ. लोधी- (फोनमध्ये बोलतात) डॉ. लोधी हियर सर. येस सर. गुड मॉर्निंग टू यू सर. आय विल डू इट सर. सर्टनली सर. हो, हो. ती फाइल आजच पाठवितो. थांक यू सर. ती फाइल अजून इथे आलीच नाही सर. तुम्ही बातमी वाचलीत तर! नाही एवढ्यां कामातून सवड काढून वाचायची म्हणजे... कसच काय! काय, माझ नाव राष्ट्रीय पारितोषिकासाठी पाठविणार? मच ओब्लाईजड सर. तुमच्या कृपेमुळेच मी हे सर्व करु शकलो. तुमचे उपकार मी कधी विसरणार नाही. आणि नर्सेसच्या शिष्टमंडळाला त्यांच्या मागण्यासाठी मी आजच भेटणार आहे. मिटीन्गनंतर आपल्याला मी फोन करतो. थांक्यू सर.”

(डॉ. लोधी फोन खाली ठेवतो. मग हजर असलेल्या लोकांकडे पहातो व चपापतो.}

डॉ.लोधी- देशमाने हे काय? फोन आतच नाही का आणायचा? इथे चार माणसासमोर का बोलायच्या या गोष्टी आहेत? तुम्ही फोन आत आणावयाचा होता. ठाऊक होत ना तुम्हाला, मिनिस्टर वाज ऑन द लाईन. कधी अक्कल येणार तुम्हाला? कधी शिकणार तुम्ही?

देशमाने- सॉरी सर.

डॉ. लोधी- आणि एवढ्या सकाळी घरी कशाला आलात? (डॉ.पुंडलीकाकडे वळून) डॉ. पुंडलिक तुम्ही यावेळी इथे कसे?

डॉ.पुंडलीक- आताच बातमी वाचली. रहावेना. आपले अभिनंदन करण्यासाठी ताबडतोब आलो. (पुढे होऊन डॉ. लोधींच्या गळ्यात हार घालतो.) एवढे मोठे ऑपरेशन केलेत. इतिहास घडविलात. या धनबादचे नाव दशदिशात फडकाविलेत! असा सर्जन युगायुगातून एकदाच, एखादाच होतो. हो. आपल्या माणसाचे कौतुक आपण नाही करायचे तर कुणी?

डॉ.लोधी- (खुश होऊन) वा! डॉ.पुंडलीक, तुम्ही कमाल केलीत. एवढ्यासाठी आलात. छान ..छान! रामा चहा आण. नाश्ता आण. जल्दी. पण काल मोठी धमाल उडाली. तीन तास कसे गेले समजलेच नाही. तेंव्हा वाटले नव्हते की मी इतिहास घडवितो आहे. मजा आली.

डॉ.पुंडलीक- साहेब आज दुपारी..

डॉ.लोधी- (स्वतःशीच बोलत आहे, जणू दुसऱ्या कुणाचे कौतुक करत आहे, अशा सुरात) इतक्या लहान शिरा जोडायच्या म्हणजे कमाल होती. मज्जा तन्तु जोडायचे, मग स्नायू जोडायचे, म्हणजे काय चेष्टा आहे? खर कौशल्य. (मान डोलावतात.)

डॉ. पुंडलीक- साहेब, आज दुपारी सभा ठेवायची का?

डॉ.लोधी- (स्वतःच्याच तंद्रीत आहेत. जणू त्यांनी डॉ.पुंडलीकांचे म्हणणे ऐकलेच नाही.) हजारो बारीक बारीक गोष्टी शिवायच्या. नजरेला दिसणार नाही एवढा तलम धागा वापरायचा! छे, छे, ब्रम्हदेवाला हे शक्य नाही.

डॉ.पुंडलीक- (एकीकडे तोंड करून, स्वतःशीच, हळू आवाजात) झाली बडबड सुरु महाराजांची. अजून उतरलेली दिसत नाही. (देशमानेकडे वळून) देशमाने , हे काय?

देशमाने- कशाचे काय?

डॉ. पुंडलीक- (साहेबाकडे बोट करतात, मग आंगठा ओठांकडे, साहेबांच्या दारू पिण्याबद्दल. त्याबद्दल साहेब मशहूर आहेत.)

देशमाने- जरा.. नाही.. चालायचच.

डॉ.लोधी- (भानावर येत) हां, तर काय म्हणत होता तुम्ही डॉ. पुंडलीक?

डॉ.पुंडलीक- नाही , पण डॉ जोगळेकर तुमच्या मदतीला होतेच ना ऑपरेशन करताना?

डॉ. लोधी- मी त्याला लांबच उभा केला होता. म्हटले मधेच लुडबुड नको. नको तेथे नको तेंव्हा हात घालतो. अजून तयार व्हायचा आहे.

डॉ.पुंडलीक- तसा बावळटच आहे. तुम्ही म्हणून त्याला सांभाळून घेता. दुसऱ्या कुणी त्याला हाकलूनच लावले असते.

(रामा चहाचे कप आणतो. प्रत्येकाचे हातात एक एक कप देतो.)

डॉ.लोधी- तरुण आहे. होतकरू आहे. होईल तयार हळूहळू.

डॉ. पुंडलीक- बाकी त्याचे करिअर फर्स्ट क्लास आहे. त्याने कधी पहिला नंबर सोडला नाही. पण इथेच मार खातो. चाकू हातात धरला की झाली त्याची थरथर सुरु. (हे ऐकताना डॉ. लोधी दचकतात व रोखून पुंडलीकांकडे बघतात. जणू ते खरे बोलत आहेत की चेष्टा करीत आहेत. डॉ. पुंडलीक क्षणभर थांबतात. त्यांचा स्वर जरा चेष्टेचाच वाटतो.) रक्त पाहिले की त्याचे पाय लटपटतात, असे लोक म्हणतात. पण कधी कधी लोक काहीही म्हणतात.

डॉ.लोधी- मी हात धरून दोन तीन वेळा त्याला करायला लावले. पण तो कच खाणारा आहे.

डॉ. पुंडलीक- असली माणसे सुधारणे फार कठीण. फार अवघड.

डॉ.लोधी- एनी वे थांक्स, डॉ. पुंडलीक . पण स्टाफला आता मोठी पार्टी द्यायला हवी नाही का? देऊ. देऊ. चांगल्या पाश हॉटेलात देऊ. सेलेब्रेट करायलाच हवे.

डॉ. पुंडलीक- पार्टी हवीच साहेब. लवकर हवी. आणि आज दुपारीच सत्कार सभा ठेवायची आहे. पण मी आता चलतो साहेब. माझी हॉस्पिटलमध्ये जाण्याची वेळ झाली.

(दारापर्यंत जातो व काही आठवण होऊन पुन्हा माघारी येतो.)

साहेब, एक काम होते.

डॉ.लोधी- येस, येस. काय? बोला ना?

डॉ. पुंडलीक- एक काम होते. साहेब, मी बऱ्याच वेळा मागितली. तुम्ही दिलीच नाहीत.

डॉ. लोधी- काय? रजा? केंव्हाही घ्या. बोला कधी जाताय रजेवर?

डॉ.पुंडलीक- रजा नव्हे हो.

डॉ.लोधी- मग काय पगार वाढ? मिळेल, मिळेल . जरा दम धरा. ही सरकारी कामे. थोडा वेळ लागणारच.

डॉ. पुंडलीक- पगारवाढ नाही हो. मला आपले ते हे... जरा नाद आहे.

डॉ. लोधी- नाद? कशाचा? बाई की बाटली? बाकी हा प्रसंग आहे खरा. अहो पण तुम्हीच याचा बंदोबस्त करायचा. अहो मी डीन आणि तुम्ही मेडीसीनचे प्रोफेसर. तुम्हीच बघा. जाऊ महाबळेश्वर ..

डॉ. पुंडलीक- ते नव्हे हो साहेब. मी म्हणतोय पत्रिका.

डॉ.लोधी- पत्रिका? मी नाही समजलो. कसली पत्रिका? लग्नपत्रिका? आमची? आता या वयात?

डॉ.पुंडलीक- पत्रिका म्हणजे कुंडली. जन्मकुंडली.

डॉ.लोधी- माझ्याकडे कुठली जन्मकुंडली आणि पत्रिका. माझा या गोष्टीवर बिलकुल विश्वास नाही. माझा विश्वास फक्त बोटांच्या सफाई वर आणि मनगटातल्या ताकदीवर आहे. त्या मुळेच मी इथे उभा आहे.

डॉ. पुंडलीक- (मोठया अजीजीने) साहेब पण एक काम करा. (खिशातून एक कागद व पेन्सिल काढतो) मी बनवतो. मला ते येते. आपले जन्मगाव, जन्मतारीख, आणि वेळ सांगा. मला ज्योतिषाची लहानपणापासून आवड आहे. तुमच्या कुंडलीतले सगळे योग मी सांगतो.

डॉ.लोधी- पण इथे कुंडलीतला योग हवाय कुणाला?आपण आपले प्राप्त योगावरच खुश आहोत.

डॉ. पुंडलीक- पण साहेब..

डॉ. लोधी- नाही म्हणजे मी इथून हालणार कधी आणि या डीनच्या खुर्चीचा लाभ तुम्हाला कधी होणार हा योग बघायचा असेल तुम्हाला.

("कसे पकडले" म्हणून डॉ. पुंडलिक आवाक होतात. तेवढ्यात दारावरची घंटा वाजते. रामा आतून बाहेर येतो व दार उघडावयास जातो. दारातले संभाषण ऐकू येते.)

रामा- आपण कोण? काय काम आहे?

बाहेरची व्यक्ती- मी ब्लीट्झचा वार्ताहर. डॉ. लोधीना भेटायचे आहे.

(हे ऐकून लोधी स्वतः पुढे होतात.)

डॉ.लोधी- या. या. या. काल आपली भेट झाली नव्हती. डॉ. पुंडलीक तुम्ही आता गेलात तरी चालेल.

(डॉ.पुंडलीक जावयास निघतात, पण दारातच रेंगाळतात.)

डॉ.लोधी- (वार्ताहरास) ग्लाड टू मीट यू (हस्तांदोलन करतात.) तुम्ही काल आला नव्हता वाटते, होटेल ताज मधल्या न्यूज कॉन्फरन्सला?

वार्ताहर- मी ब्लिट्झचा खास वार्ताहर. आमच्या संपादकांनी आज फोन करून मुद्दाम आपली वेगळी मुलाखत घ्यायला सांगितली. कालचा राईट अप मिळालाय. काल माझ्या असिस्टंटने कव्हर केल होत. पण आमच्या संपादकांना एक खास लेख हवा आहे. तुमच्या या कालच्या ऑपरेशन बद्दल. म्हणून मुद्दाम आलोय.

डॉ.लोधी- (खुश होऊन) मच ओब्लाईज्ड. तशी तुमच्या संपादकांची आणि माझी पर्सनल ओळख आहे. माझे पेशंट होते ते, मी मुंबईत असताना.

वार्ताहर- (सोफ्यावर बसत) तर थोडे प्रश्न विचारतो.तुमचा बायोडेटा हवा. स्वतःची माहिती. आपला जन्म.. कुठे झाला?

डॉ.लोधी- माझा जन्म भोपाळ जवळच्या लहान गावात झाला. रामपूर नाव त्याचे. आम्ही मूळ तिकडचे.

वार्ताहर- साल म्हणजे जन्मतारीख? आठवत असेल तर.

डॉ.लोधी- नाही हो ते नाही आठवत. लक्षात नाही. तारीख होती ७ जून. पण साल नाही आठवत. मी आता असेन पन्नाशीच्या आसपास. त्यावरून बघा. नाहीतर ऑफिसात माझ्या पी.ए. ला फोन करा.

डॉ. पुंडलीक- म्हणजे ७ जून १९२१. (पेन सावरीत) बर. आता जन्म सकाळी, रात्री की दुपारी झाला?

डॉ.लोधी- (संताप आवरीत) संध्याकालचे सात वाजून छपन्न मिनिटे. बस? झाले समाधान?

वार्ताहर- आपण एम. बी. बी. एस. कधी झालात?

डॉ. लोधी- हैदराबादेत १९४३ साली. प्रथम एल.सी.पी.एस झालो. मग पाठोपाठ एम. बी. बी. एस. झालो. नंतर इंग्लंडमध्ये एफ आर सी एस झालो १९४६ मध्ये.

वार्ताहर- आपण इंग्लंड मध्ये किती वर्षे होता?

डॉ.लोडी- एकूण चार वर्षे. पहिल्या झटक्याला प्रायमरी झाली. दोन वर्षानी फायनल एफ आर सी एस झाली.

(पुंडलीक आता निघून जातात.)

वार्ताहर- इंग्लंड मध्ये आपण विशेष काय शिकलात?

डॉ.लोधी- हेच. प्लास्टिक सर्जरीचा अभ्यास केला. त्याचा अनुभव घेतला. शिवाय ऑर्थोपेडिक. हे दोन्ही माझे आवडीचे विषय. सर बर्नार्ड रसेल शाच्या हाताखाली मी काम केलंय. मोठा बुद्धिमान माणूस. जागतिक कीर्तीचा तज्ज्ञ.

वार्ताहर- सर बर्नार्ड रसेल शा , म्हणजे नाटककार बर्नार्ड शा चा...

डॉ लोधी- चुलत भाऊ. तो नाटकात गाजला., हा सर्जरीत. हा सेंट थामस हॉस्पिटलमध्ये होता. त्यावेळी म्हणजे नुकतीच वॉर संपलेली. वॉरमध्ये जखमी झालेल्या रुग्णांनी सगळे वॉर्ड भरलेले. लंगडे, थोटे, नाक, कान तुटलेले. चेहेरा विद्रूप झालेले. याच केसेस खूप. जिकडे पहावे तिकडे हीच मंडळी रांग लावून बसलेली. खूप अनुभव मिळाला तेंव्हा. दिवसभर मी पायावर उभा असे. एकामागून एक ऑपरेशन सुरु असायची. तो अनुभव अजून पुरतो. ते दिवस आठवले म्हणजे (आठवणीत हरवून जातो. बोलायचा किंचित काळ थांबतो.) त्या शिदोरीवर माझी वाटचाल सुरु आहे.

वार्ताहर- त्या दिवसातल्या काही आठवणी.. म्हणजे सांगण्यासारख्या.. वाचकाना हव्या असतात.

डॉ.लोधी- ओ येस ..ओ येस. व्हेन आय वाज इन येरवडा.

वार्ताहर- येरवडा?

डॉ.लोधी- आय मीन इन इंग्लंड. इंग्लंड म्हणायचे होते मला. (विषय बदलतो) तसा मी येरवड्यात देखील होतो. कायदेभंगाच्या चळवळीत. बेचाळीस साली. तिथेच पूज्य राष्ट्रपिता महात्मा गांधीचा सहवास लाभला. फार थोर पुरुष. (वळून त्यांच्या फोटोला नमस्कार करतो.) त्यांची भेट झाली. आणि हा देह पुनीत झाला. माझे सोने झाले. त्यानीच मला इंग्लंडला जा असा आदेश दिला.

वार्ताहर- पण ते तर स्वदेशीचे पुरस्कर्ते होते. त्यांचा निसर्गोपाचारावर भर होता. वर्ध्यात..

डॉ.लोधी- निसर्गोपचार दीनदुबळ्यासाठी. मला त्यांनी सांगितले. शीक. खूप शीक. साहेबाच्या पोटात शीर. कच बनून त्यांची संजीवनी विद्या आत्मसात कर. मग आपल्या जनता जनार्दनाची सेवा कर. गोरगरिबांची सेवा कर. मरेपर्यंत सेवा कर. त्यांचा संदेश मी शिरोधार्य मानला. निजामाची चाकरी सोडली. लाखो रुपयांच्या प्रक्टीसवर लाथ मारली.

वार्ताहर- म्हणजे..?

लोधी- खाजगी प्रक्टीसमध्ये पडतो तर लाखो रुपये दर महा कमावले असते. निजामाकडे मला महिना पंधरा हजार रुपये तनखा होता. त्याकाळी. पण बापुजीन्च्या आदेशावरून मी त्याकडे पाठ फिरविली. जेलमध्ये बापूजी आजारी पडले, उपोषणाला बसले की मी त्यांच्याजवळ असे. त्यांना पाठ दुखीचा त्रास होई. पाठीत कळ येई. मी त्यांना मालीश करी. पाच मिनिटात वेदना थांबत. माझ्याशिवाय त्यांनी कधी

दुसऱ्या कुणाला पाठीला हात लावू दिला नव्हता. मोठमोठया डॉक्टरांनी त्यांना ऑपरेशनचा सल्ला दिला होता. पण मी त्यांचे दुखणे नुसत्या मालीशने बरे केले.

वार्ताहर- बरे आता कालच्या ऑपरेशनबद्दल काही सांगाल तर..

लोधी- तोल जाऊन तो कामगार खाली पडला. तो आधारासाठी खांब धरायला गेला आणि पत्रा कापणाऱ्या यंत्रात त्याचा हात सापडला. एका सेकंदात तो कापला गेला. त्याचे नशीब बलवत्तर. त्यांनी लगेच त्याला इथे आणले. चुकून आम्ही सगळे ऑपरेशन रूम मध्ये हजर होतो. लगेच टेबलावर घेतले. ही काळाशी शर्यत होती. ती आम्ही जिंकली.

(फोन वाजतो. लोधी फोन उचलतो. "येस, येस. मी चोकशी करतो." वार्ताहराकडे वळून विचारतो," आपण देशमुख आहात ना?" वार्ताहर मान हलवितो. लोधी फोन त्याच्याकडे देतो.)

वार्ताहर- फोन माझा आहे वाटतो. (पुढे येऊन फोन घेतो) हो. हो मीच. काय? लाकूड बाजारात आग लागलीय? हो मी आलोच. लगेच. (फोन खाली ठेवतो. लोधींकडे वळून) डॉक्टरसाहेब, सॉरी, मुलाखत अर्धीच टाकून मला जाव लागतय. लाकूड बाजारात मोठी आग लागली आहे. तिथे जायला हव. तुमचा फोटो तयार ठेवा मी आलो नाही तर फोन करीन आणि फोटोग्राफर पाठवितो. बाकीचे प्रश्न फोनवर विचारीन.

लोधी- अहो पण, चहा, कॉफी. ते राहीलच आहे.

वार्ताहर- आता पुन्हा भेटू तेंव्हा ते चहा, कॉफी बघू. येतो आता. आय आम सॉरी.

(वार्ताहर जातो. त्यावेळी त्याला धडक देऊनच जोगळेकर आत येतो. डॉ. जोगळेकर ३३ वर्षे वयांचा तरुण सर्जन आहे. उंच, सडसडीत अंगकाठीचा.)

डॉ.जोगळेकर- (आत येत) काय एकेक माणसे असतात. समोर बघायलाही तयार नाहीत. सरळ धक्का देऊन जातो म्हणजे काय?

डॉ.लोधी- कोण? डॉ.जोगळेकर का? या. या. अरे तो वार्ताहर होता. ही मंडळी सदोदित अशी घाईतच असतात. पण आता सकाळी सकाळीच आलात?

जोगळेकर- सर, एक्सायटिंग न्यूज आहे . आज त्याची बोट हलायला लागली. हे मुद्दाम सांगावयास आलो.

लोधी- अरे वा! हे पण पेपरला द्यायला हव. आता ऑपरेशन शंभर टक्के यशस्वी म्हणून बातमी द्यायला हवी.

जोगळेकर- आजच्या पेपरमध्ये बातमी अगदी तपशीलवार दिली आहे. छान मथळा दिलाय. "धनबादमधील पहिले ऑपरेशन".

लोधी- पण तुमचे नाव मात्र चुकून राहिलेले दिसतंय. मी त्याना बजावून सांगितले होते. यात जोगळेकरचा वाटा सिन्व्हाएवढा आहे. पण या बेटयानी तुमचे नाव गाळलच. या वार्ताहरांचे काही सांगता येत नाही. घाई घाईत वाटेल ते लिहितात.

जोगळेकर - असूद्या हो. सर, नावात काय आहे. पण ऑपरेशन छान झाले. करताना मजा आली. खरे कसब पणाला लागले होते. सगळ्या शिरा जोडून झाल्यावर जेंव्हा त्या निळ्या हातात रक्त पुन्हा झिरपायला सुरवात झाली आणि हात लाल दिसायला लागला तेन्हां खरे समाधान वाटले. तो कामगार आज अगदी खुश झाला आहे. त्याचे सर्व जीवनच त्या हातावर अवलंबून आहे.

लोधी- शाब्बास जोगळेकर. अभिनंदन.

जोगळेकर- काय, माझे अभिनंदन! छे, छे. अभिनंदन तुमचे सर्. तुम्ही मला संधि दिलीत. म्हणून मला थोडा हातभार लावता आला. कामात सहभागी होता आले. तुम्ही मला नेहेमीच अशी संधि देता. त्यामुळेच तर मला..

लोडी- संधि द्यायलाच हवी. अहो तुमच्या सारख्या होतकरू तरुणांना संधि द्यायची नाही तर द्यायची कुणाला? तुमचा हा हक्कच आहे आणि माझे ते कर्तव्य आहे. पण आज त्याची बोटे हालतात हे नक्की आहे ना?

जोगळेकर- हो, हो, सर. खरच.

लोधी- तर मग हे आज फॉलो अप बातमी म्हणून पेपेराला द्यायलाच हव. आय विल सी टू इट. मी थोड्या वेळाने त्याना फोन करीन आणि हे बघ त्याला ते नवे अन्तीबायोटीक द्यायचे. म्हणजे इन्फेक्शनची भीती नाही. माझ्याकडे त्याची काही बाटल्या आहेत. थांब मी त्या घेऊनच येतो. आजच सुरु कर.(उठून आत जातो. पी.ए. देशमाने हा वेळपर्यंत शेजारी पेपरच चाळीत बसलेले आहेत. त्यांचे या संभाषणाकडे लक्ष आहेच.)

देशमाने- मग आज बाकीच्या कामाला सुट्टी वाटते? आजचा दिवस त्या कामगाराशेजारीच बसून रहाणार असाल?

डॉ. जोगळेकर- छे हो. असे करुन कसे चालेल! राउंडची वेळ झालीय. मग नेहेमीची ऑपरेशन आहेतच. म्हणून तर आल्याबरोबर आधी त्याच्याकडे चक्कर टाकली.

(एवढ्यात अलका प्रवेश करते. सुस्वरूप सुमारे २५ वर्षे वयाची तरुणी. उंची माध्यम. तूर्त साडी नेसलेली आहे. ती स्टाफ नर्स आहे. ती सो जोगळेकरची प्रेयसी आहे. ती लगबगीने आत येते.)

जोगळेकर- अलका, अग तू इकडे कुठे ? या भलत्या वेळी?

अलका- साहेबाना भेटायचे होते. आणि हे काय, देशमाने तुम्ही इथच आहात वाटते? आज दरबार इथच भरणार काय? का भरला पण?

देशमाने- छे, छे, दरबार नेहेमीप्रमाणे ऑफिसमध्येच भरणार. बारा वाजता. आम्ही इथे साहेबांचे अभिनंदन करण्यासाठी आलो होतो.

अलका- अभिनंदन? आणि ते कशासाठी?

देशमाने- तुम्ही आजचे पेपर वाचलेले दिसत नाहीत. साहेबांनी काल मोठ्ठ ऑपरेशन केले. तुटलेला हात जोडला. प्रत्येक वर्तमानपत्रात, मराठी, इंग्रजी पेपरमध्ये बातमी आहे. घ्या. बघा. (वर्तमानपत्राची घडी पुढे करतात.)

अलका- पण ऑपरेशन खरच साहेबांनीच केले ना? तसे ते नावाजलेले सर्जन आहेत म्हणायला. पण थियेटरमध्ये काम करणारया पोरी, माझ्या मैत्रिणी, तर नेहेमी म्हणतात, साहेब सदा हात जोडून कोपऱ्यात लांब उभे असतात. ऑपरेशन नेहेमी डॉ जोगळेकर करतात.

(डॉ.लोधी या वेळेपर्यंत दारात येऊन उभा आहे. त्यांच्याकडे कुणाचेच लक्ष जात नाही. तिथूनच तो अलकाचे शब्द ऐकतो.)

डॉ. जोगळेकर- छट. काहीतरीच काय बडबडते आहेस. ऑपरेशन साहेबच करतात. मी फक्त त्यांच्या सुचना पाळतो. तंतोतंत ते सांगतील त्याप्रमाणे कापतो. टाके घालतो. जोडतो. म्हणजे सारे काही त्यांनी केल्यासारखेच असते.

अलका- अरुण तू काही बोलायची जरुरी नाही. मला ठाऊक आहे सगळे.

देशमाने- साहेब छान हात चालवतात हो. मी कित्येकदा पाह्यलंय त्याना पोस्टमार्टेम रुममध्ये,

अलका- हो. पण तिथेही खरी कापाकापी बाबूच, तेथला शिपाईच, करतो. साहेब नुसतीच पोज घेऊन उभे रहातात. अश्शी. (पोज घेऊन दाखविते, एका हातात पर्स उंच उचलून धरली आहे, दुसरा हात हातात चाकू, स्कालपेल, धरून ती खसाखस कापतो आहे.) बऱ्याच वेळा पाह्यलंय हे.

देशमाने- तुम्ही उगाच साहेबावर दात धरून आहात. काही उपयोग आहे का त्याचा?

अलका- ठाऊक आहे मला. पण उगीच नाही. त्यालाही कारण आहे. ऑपरेशन करतो डॉ. अरुण जोगळेकर आणि मिरवतात मात्र साहेब, डॉ. लोधी. अरुण टाके घालायला लागला की साहेब बाहेर जाऊन जमलेल्या नातलगाना सांगणार, "मोठी अवघड केस होती. मी वाचवले त्याला. मरता मरता वाचला आहे." प्रत्येक केसमध्ये हाच प्रकार असतो आणि तुम्ही मला सांगता, उगीच साहेबावर दात धरून आहात. देशमाने, ऑपरेशन थिएटरमध्ये आधी पाउल टाकले आहेत तुम्ही?

जोगळेकर- काय बडबड चालविली आहेस अलका? निदान इथे नको. जीभ आवर. आता साहेब बाहेर येतील. (तो दाराकडे पहातो. पण डॉ लोधी त्यापूर्वीच आत गेला आहे. या क्षणी दारात कोणीच नाही.)

अलका- डोळ्याना दिसते ते मी म्हणते. खरे नाही का हे? तूच सांग.

जोगळेकर- खरे आणि खोट! हा प्रश्न इथे येतोच कुठे? मी अनुभव हवा म्हणून दरवेळी पुढे होतो. त्याना काही एक करू देत नाही. मला ते करू देतात. हेच खूप झाले. तो त्यांचा मोठेपणा आहे. हे त्यांचे माझ्यावर मोठे उपकार आहेत.

अलका- पण एक सांग. त्याना कधी एकट्याने ऑपरेशन करताना पाहिले आहेस का तू ? पल्लवी म्हणते त्याना अजिबात काही येतच नाही.

जोगळेकर- माहीत आहे तुझी पल्लवी. तिला काय कळतं. सरांनी तिला एकदा स्टुडट नर्सेस समोर चांगले खेटरले, तेंव्हापासून ती सरांवर राग धरून आहे.

अलका- माझ्या प्रश्नाचे उत्तर नाही दिलेस. खर सांग.

जोगळेकर- कोणता प्रश्न?

अलका- सराना ऑपरेशन करताना स्वतः कधी पाहिले आहेस का? त्यांनी हातात चाकू घेऊन कधी गाठ कापली आहे काय?

जोगळेकर- हो. हो. कित्येक वेळा पाहिले आहे.

अलका- खोट आहे. मार, थापा मार. खर सांग? कधी? दिवस सांग, तारीख सांग. कोणते ऑपरेशन केले ते सांग.

जोगळेकर - तसे एकदम कस सांगणार ? आठवायला हव. नाही तस सांगायचे म्हणजे एवढ्यात नाही केलेले. पण मागे खरच छान ऑपरेशन्स करीत असत. सध्या मीच त्यांना करू देत नही. माझी जाण्याची वेळ झाली. उशीर होतोय. मी चाललो.

अलका - एवढ्यात केलेले नाही पण त्याबद्दल बोलायला घाबरतोस का?

जोगळेकर - तुला काही समजत नाही. घाबरायचे कुणाला? आणि का? ते एवढे खडा न खडा कसे करायचे ते सांगतात ते काय त्यांना येत असल्याशिवाय!

अलका - म्हणजे आता त्यांनी तुला छान पैकी डावलले. यावेळी. कबूल आहे ना तुला.

जोगळेकर- तू कशाला आली होतीस आता?

अलका - साहेबांना भेटायला. पण अभिनंदन नव्हे, मी अभिनंदन तुझे करणार. त्यांचे नाही . खरच छान ऑपरेशन केलस तू ! पण साहेबांनी तुला छान डावलले. (देशमान्याकडे वळून विचारते, देशमाने, आता भेट होईल ना साहेबांची ?)

देशमाने - विचारायला हवे? विचारून सांगतो.(देशमाने आत जातो.)

जोगळेकर - मी आता जातो अलका. दुपारी भेटूच आपण. येतो मी.

(जोगळेकर जातो. स्टेजवर फक्त अलका असते. ती सोफ्यावर बसते. फोनची घंटा वाजू लागते. अलका उठून फोनपर्यंत जाते. तेथूनच दाराकडे पाहते. फोन उचलावा की नको या संभ्रमात ती आहे. तेव्हड्यात

डाक्टर लोधी बाहेर येतात आणि फोन उचलतात . डॉ लोधी फोनमध्ये म्हणतात ते व पलीकडचा आवाज असे दोन्ही बाजूंचे संभाषण ऐकू येते.)

डॉ. लोधी - हलो. डॉ लोधी हिअर.

पलीकडून हाउस डॉक्टरः गुडमॉर्निंग सर. मी डॉ राणे बोलतोय. एक नवी केस अडमिट झालीय. ही इज सोशल वर्कर, पुढारी आहे.

लोधी - काय नाव काय त्याचे?

डॉ राणे - साबळे गुरुजी.

लोधी - बाबा म्हणजे तो एम. एल. ए तर नव्हे. आमदार. नेहमी पेपरात नाव येत असते. तोच ना.

राणे - यस् सर , तेच ते.

लोधी - ही इज व्हि. आय. पी. त्याची बडदास्त ठेव. त्याला स्पेशल रूम दे.

राणे- पण सर स्पेशल रूम रिकामी नाही. मी त्याला जनरल वॉर्डात ..

लोधी- नानसेंस. यु इडियट. त्याची सरबराई करायला हवी. तो मेडिकल स्टूडंट स्पेशल रूममधून हालव. तिथे एम. एल. ए साहेबाला टाक. मी आता आलोच. पण आधी डॉ. जोगळेकरला बोलावून घे.

राणे- येस सर.

लोधी- एक अर्जंट एक्स रे घेऊन टाक. ब्लड तपासायला पाठव. त्याला काहीतरी घडतं असे वाटायला हव. यु नो ही मस्ट बी इम्प्रेस्ड. सी ही गेट्स एव्हरीथिंग. जोगळेकरनी त्याला तपासले की मला फोन करायला सांग. मी लगेच येतोय.

(फोन खाली ठेवतो. फोनच्या संभाषणा अखेरीस लोधीला व प्रेक्षकाना प्रथम दार वाजल्याचा आवाज ऐकू येतो. नंतर कुणीतरी आत शिरल्याप्रमाणे पावलांचे आवाज ऐकू येतात. आवाज प्रथम अस्पष्ट , मग मोठ्याने ऐकू येतात. वस्तुतः हे पावलांचे आवाज नसून त्याच्याच हृदयाचे ठोके (धडधड) आहे. टेप केलेले हार्ट साउंड ऐकवावेत. फोन खाली ठेऊन तो समोर पहातो तेंव्हा त्याला अलका दिसते.)

लोधी- कोण. तुम्ही आलात वाटते आता एवढ्यात? कोण तुम्ही?

अलका- मी अलका दाते. स्टाफ नर्स आहे. मी मघाशीच आले. येऊन पंधरा मिनिटे झालीत. तुमचीच वाट पहात बसले होते एवढा वेळ.

लोधी- पण मग आता एवढ्यात कोण आले? मी फोनवर बोलत असताना?

अलका- छे ! आता एवढ्यात बाहेरून कोणीच आले नाही. मी एकटीच मघापासून इथे आहे. कदाचित भास झाला असेल तुम्हाला.

लोधी- अस्स! असेल, असेल. पण तुम्ही इथे घरी भेटायला आलात? काही खाजगी काम आहे वाटते. ऑफिसमध्ये यायला हवे होते.

अलका- मेट्रननी पाठवले आहे. युनियनच्या कामासाठी भेटायचे होते. मी नर्सेस युनियनची सेक्रेटरी आहे.

लोधी- पण त्यासाठी इथे, इथे आलात? नाही माझी हरकत नाही. पण आता मी बिझी आहे. सकाळपासून लोकांची रीघ लागली होती. तुम्ही पुन्हा केंव्हातरी या, सवडीने. सवडीने बोलू मग.

अलका- पण आज दुपारी आमचे शिष्ट मंडळ येणार आहे आपल्या भेटीसाठी. दोन वाजता. त्यापूर्वी आपली भेट झाली असती तर.. तर वाटाघाटी सामोपचाराने झाल्या असत्या. मिटिंगपुर्वी आपण एकमेकाना समजावून घेतले तर..

लोधी- असे म्हणताय. पण एक मिनिट. मला माझी डायरी बघायला हवी. आजच्या अपोइंटमेंट बघतो.

(पुन्हा फोनजवळ जातो. टेबलावर असलेल्या ब्रीफकेस मधून डायरी बाहेर काढतो. ती उघडून पान वाचत वाचत तो वळतो. वळल्यावर त्याची नजर समोर जाते आणि तो दचकतो. समोर पहात असतानाच पुन्हा पूर्वीप्रमाणे लयबद्ध ठोके ऐकू येतात. सात ते आठ वेळा, ठक.. ठक किंवा लब डब याप्रमाणे.

प्रकाश योजना बदलते. रंगमंचावर फक्त त्याच्या तोंडावर व डावीकडे किंचित पुढे असे दोन स्पॉट लाईटस दिसतात. बाकी सर्व स्टेजवर संपूर्ण अंधार. शेवटचा ठोका एकदम मोठा होतो व त्याबरोबर दोन स्पॉट लाईट्स स्टेजवर येतात. डावीकडील स्पॉट मध्ये प्रकाश झोतात एक पाठमोरी व्यक्ती उभी असलेली दिसते. प्रेक्षकाकडे तिची पाठ आहे. चेहेरा लोधी समोर. तिचे वय तरुण, सुमारे बावीस वर्षे. धोतर, शर्ट व मळका कोट. डोक्यावर पुढे आलेली काळी टोपी असा वेश. एका हातात ड्रेसिंगचे सामान, औषधाची बाटली,

खिशात जुने केसपेपरचे कागद. जणू तो पेशंटचे ड्रेसिंग करण्याच्या तयारीत आहे. दोघांच्या चेहेर्यावरचे स्पॉट लाईट्स निळसर आणि प्रखर.)

डॉ. लोधी- तू? कोण तू?

पाठमोरी व्यक्ती- नाही ओळखलस मला? विसरलास? मी पण तुझच अभिनंदन करायला आलोय.

डॉ.लोधी- पण..पण..

व्यक्ती- नाही ओळखलस? नीट, नीट बघ. आठव. नाही पटत ओळख?

डॉ.लोधी- तू? आलास कधी? कुठून आलास? आहेस कोण?

व्यक्ती- नाही समजत? (हसून) वेडा आहेस. अरे नीट पाहिलच नाहीस तर ओळख पटेल कशी?

लोधी- (रागावून) मी नाही समजलो. जरा नीट बोलशील तर! कोड्यात बोलू नकोस.

व्यक्ती- मी म्हणजे तू. तू म्हणजे मी. मी तूच. तूच मी. आपण दोघ..

लोधी- एकच?

व्यक्ती- समजले? इतके दिवस घेतलेस ओळख पटायला. इतके दिवस मी तुला हाका मारीत होतो. तू पुढे धावत होतास. तुला मुळी ऐकूच येत नव्हते. मी दार ठोठावत होतो. तू दार बंदच करुन घेतले होतेस. तुझ्या मनाच्या अंधाऱ्या काळ्याकुट्ट कोपऱ्यात हातपाय बांधून बंदिस्त करून ठेवलेला तोच मी.

लोधी- म्हणजे तू.. तू..

व्यक्ती- तुझे अभिनंदन करायला आलो. हा माझाच विजय नाही का? तुझा म्हणजे माझा. मग माझे म्हणजेच तुझे अभिनंदन करायला नको का?

लोधी- (मान हलवितो) नाही..नाही.

(डॉ. लोधी भानावर येण्याचा प्रयत्न करीत आहे. क्षणभर रंगभूमीवर पांढरा स्वच्छ प्रकाश पसरतो . स्पॉट लाईट मावळतात. पुन्हा अंधार व स्पॉट लाईट येतात. दरम्यान पुन्हा लब डब लब डब हे आवाज एका लयीत ऐकू येतात. मग डॉ. लोधी आणि ती व्यक्ती यांचे संभाषण सुरु होते.)

डॉ लोधी- बाकी या जोगळेकरने पोरगी मस्त गटविली. हीच त्याची प्रेयसी नाही का? वा! काय छान डोळे आहेत. हरिणी सारखे. काय फॉर्म आहे. आ हा !

व्यक्ती- झाले, गेली का तुझी नजर तिच्याकडे? तुला मैत्रिणी काय थोड्या का आहेत?

डॉ.लोधी- पण बेटा जोगळेकर खरा नशीबवान आहे. काय हातात जादू आहे! ऑपरेशन करताना बोट नुसती नाचत असतात. पहात रहावे वाटते.

व्यक्ती- पण त्याच्या बोटापेक्षा तुझी बुद्धी और आहे. तुझी चलाखी आणि त्याची बोटे यांचा मिलाफ म्हणजे-

डॉ.लोधी- पण त्याला काही इलाज आहे का? मात्र त्याच्या गुणांचे मीच चीज करणार आहे हे विसरू नकोस. ही नोकरी मीच त्याला दिली. नाहीतर बसला असता कुठेतरी सरकारी नोकरीत बाटल्या भरत. इथे उद्या सर्जरीचा प्रोफेसर होइल. मी त्याला अमेरिकेत पाठविणार आहे. त्याला आणखी मोठी संधि मिळेल. नाहीतर त्याला मोठे हॉस्पिटल उघडून देईन. मी..

व्यक्ती- कधी? तो बुढ्ढा झाल्यावर?

डॉ.लोधी- तो काय बुढ्ढा झालाय का? आताच कुठे त्याच्या आयुष्याची सुरवात झाली आहे. ही विल शाइन. मी त्याला मदत करणार आहे.

व्यक्ती- मग तुझे काय? तू रिटायर होणार वाटते?

डॉ. लोधी- मी रिटायर का होऊ?

व्यक्ती- आणि तुझ्या महत्वाकान्क्षेचे काय? त्यासाठीच तर तू एवढे केलेस.

डॉ.लोधी- मी आता डीन झालोय, एका प्रसिद्ध मेडीकॅल कॉलेजचा. माझा नाव भारतभर सर्वत्र झालंय. कित्येक पेपर माझ्या नावावर आहेत. बाकी हवं काय मला? मला हवे ते सर्व मिळाले.

व्यक्ती- पण ते दुसऱ्याचा बळी देऊन.

डॉ. लोधी- छे, छे. बळी कसला? कुणाचा बळी? म्हणतोस काय?

व्यक्ती- जोगळेकरचा.

डॉ लोधी- चल हट. मी नाही हे ऐकून घेणार. मी त्याला शिकवतोय. त्याला तयार करतो आहे.

(दोन्ही स्पॉट लाईट्स अदृश्य होतात. व्यक्ती नाहीशी होते. रंगमंच पुर्ववत उजळतो. तेंव्हां लोधी स्वप्नात असल्याप्रमाणे शून्य नजरेने त्या जागेकडे पहात आहे. अलका चकित होऊन त्याच्याकडे पहाते. लोधी एकदम भानावर येतो. तो डायरी मिटतो. तो अजून टेलिफोन जवळच उभा आहे.)

डॉ. लोधी- तर दुपारी मिटींग आहे होय ना, दोन वाजता?

अलका- त्यापूर्वी काही मुद्द्यांची चर्चा व्हायला हवी.

(देशमाने प्रवेश करतात. आतल्या दारातून ते थोड्यावेळापुर्वी आत गेले होते.)

देशमाने- सगळीकडे शोधले. पण त्या औषधाच्या बाटल्या काही सापडत नाहीत. घरी आणल्याचे निश्चित आठवते ना तुम्हाला?

लोधी- हो असे वाटते. कदाचित तिथे हॉस्पिटलमध्येच असतील. कदाचित वॉर्डच्या सिस्टरकडेही दिल्या असतील. आता तिथेच बघायला हव. पण देशमाने या आज दुपारच्या मिटीन्गचे..

देशमाने- ती पोस्टपोन करावी लागेल सर.

अलका- का म्हणून?

देशमाने- दुपारी सत्कार समारंभ होणार आहे. त्या गडबडीत वेळ होणार नाही.

अलका- मिटींग अगोदरच चार वेळा पोस्टपोन झालेली आहे. नर्सेस अस्वस्थ झालेल्या आहेत. पुन्हा काहीतरी कारण काढून मिटींग पुढे ढकलाल तर..

देशमाने- तर काय? काय करणार आहात?

अलका- उद्या सगळ्या जणी संपावर गेल्या तर मी जबाबदार नाही. शिष्टमंडळाची भेट आज साहेबांनी घ्यायलाच हवी.

देशमाने- पण समजा आयत्या वेळी कुणी पेशंट आला , ऑपरेशन निघाले तर! पेशंट काय सांगून येतो?

अलका- तर आम्ही ऑपरेशन संपेपर्यंत बसून राहू. नाहीतर थिएटरमध्ये बोलणी सुरु ठेऊ. नाहीतरी ...

लोधी - नाहीतरी मी हात जोडून थियेटरमध्ये उभा असतो असच ना?

अलका- तस नव्हे सर . मला म्हणायचे होते ...

लोधी - असू दे असू दे. .. त्याबद्दल बोलूच आपण . पण आधी देशमाने यु कॅन गो. नाहीतर ऑफिसात उशिरा याल. तेवढेच निमित्त पुरेल तुम्हाला. यांची मिटींग आधी ठेवा. पण सभा ठेवा. ओ. के. (देशमाने जातो. लोधी अजूनपर्यंत टेलिफोनच्या जवळच उभा आहे. तो डायरी पुन्हा ब्रीफ केसमध्ये ठेवतो व सोफ्याकडे येतो. त्यावेळी त्याच्या हाताचा धक्का लागून फोन जवळ असलेले फ्लॉवरपॉट खाली पडते. त्यातले गुलाबाचे फूल जमिनीवर पडते. तो क्षणभर थांबतो. वाकून तो फूल उचलण्याच्या विचारात आहे. पण तो विचार बदलतो व पुढे येतो. अलका फूल उचलण्यासाठी वाकते, पण तो तिला हाताने थांबवितो.)

डॉ लोधी- असू देत. पडू दे. रामा ठेवील उचलून. वेंधळा आहे तो. वस्तू जिथल्या तिथे ठेवायला नको त्याला.

अलका- काय छान मोठ्ठ टपोरे फूल आहे.

डॉ.लोधी- अखेर त्या मुलीचे काय प्रकरण होते ते समजले का?

अलका- कोण मुलगी? कसले प्रकरण?

लोधी- ती हो. गेल्या आठवड्यात तिने आत्महत्येचा प्रयत्न केला ती नर्स. कोण ती? काय आहे तिचे नाव?

अलका- ज्योत्स्ना?

लोधी- होय तीच. तिने काय झोपेच्या गोळ्या खाल्ल्या होत्या, नाही का? फेनोबार्ब.

अलका- असे म्हणतात.

लोधी- पण का? काय झाले होते? असे काय घडले की तिने पंचवीस झोपेच्या गोळ्या खाव्यात? इतके जगणे तिला नकोसे व्हावे!

अलका- तुम्हाला सगळे समजले असेलच की. मग मला कशाला विचारता पुन्हा?

लोधी- नाही. खरच, मला नाही समजले. थोडे ऐकले. तिचा म्हणे प्रेमभंग झाला होता.

अलका- हो. एका डॉक्टरनेच फसविले तिला.

लोधी- या मुली आधी बहकतात. मग काहीतरी करुन बसतात. कोण होता तो?

अलका- ती नाव नाही सांगत.

लोधी- कशी सांगेल.

अलका- म्हणजे?

लोधी- ती बेशुद्धीत त्याचे नावच विसरली असणार.

अलका- असे कसे विसरेल. काही तरीच म्हणू नकात. पण ते राहू द्यात. आमच्या मागण्या. त्यासाठीच आज आलेय मी.

लोधी- पण हे फूल (जमिनीवर पडलेल्या फुलाकडे बोट दाखवितो) खाली पडले कारण रामाचा वेन्धळेपणा. त्याने नीट ठेवलेच नाही.

अलका- तो तर बोलून चालून अडाणी.

लोधी- दुसरे माझा हात लागला. चुकून, पण लागला.

अलका- हे बघा सर, असे निरर्थक बोलून वेळ काढणार असाल तर मी जातेच कशी.

लोधी- मी म्हणालो चुकून लागला. पण नाही मी मुद्दामच पाडले ते.

अलका- म्हणायचं काय तुम्हाला?

लोधी- फूल कसे तुडविले जाते ते बघायचं का तुला?

अलका- (संतापून) हेच तुमचे युनियनला उत्तर असेल तर.. ठिणगी पडायला वेळ लागणार नाही.

लोधी- (सौम्य आवाजात) बस. बस. ती गोष्ट फुलाची. मी निष्काळजीपणा बद्दल बोलत होतो. तू भेटायला आलीस ते युनियनच्या कामासाठी. तेंव्हा लेट अस टाक अबाउट बिझिनेस.

अलका- मी भेटायला आले आहे ते आमची बोलणी यशस्वी व्हावीत म्हणून. निष्कारण वाटाघाटींन्चा घोळ यापोर्वी पुन्हा पुन्हा झालेला आहे. वांझोट्या वाटाघाटी आता आम्हाला नकोत. आम्हाला ठाम उत्तर हवं. काळकाढूपणा आता युनियन सहन करणार नाही.

लोधी- पण मी एकटा निर्णय घेऊ शकत नाही. मला डिरेक्टर ऑफ हेल्थशी चर्चा करायला हवी. मग ते प्रकरण ते मंत्र्यांच्या कानावर घालतील. हेल्थ मिनिस्टरला मंत्रीमंडळाची संमती घ्यावी लागेल. त्यानंतर...

अलका- त्यानंतर जी. आर. निघायला हवा.

लोधी- करेक्ट.

अलका- एवढे थांबायला आम्हाला वेळ नाही. आमच्या मागण्या मान्य झाल्या नाहीत तर आम्ही संपावर जाऊ.

लोधी- म्हणजे तुमच्या मागण्यासाठी तुम्ही रुग्णांना ओलीस धरणार आहात. ठीक आहे. लक्षात ठेव. काय वाटेल ते करुन मी हॉस्पिटल चालूच ठेवीन. मी आर्मीतल्या नर्सेस बोलावीन. मेडिकल स्टूडट तयार आहेतच. आरोग्य खात्यातले सेवक आणीन. हॉस्पिटल सुरु ठेवीनच ठेवीन. हा कारखाना नाही हे तुम्ही लक्षात घ्यायला हवे.

अलका- हा कारखाना नाही हे आम्हीही चांगले समजून आहोत.

लोधी- बघतो किती दिवस तुमचा संप चालतो ते.

अलका- आमचा संप म्हणजे संपूर्ण काम बंद असा नाही. अत्यवस्थ रुग्णाची सेवाच फक्त सुरु राहील. फक्त तेवढेच काम आम्ही सुरु ठेऊ. बाकीच्या रुग्णांना आम्ही समजावून सांगू. आमची बाजू पटवून देऊ. त्यांचाच पाठिंबा मिळवू. त्यांचा, आजाऱ्याचा, मोर्चा काढू. तुम्हाला घेरावो घालू. तुमच्या भोवती बसून राहू. मंत्र्याना घेरावो घालू. काही जणी उपोषण करतील. आमरण उपोषण. मागण्या मान्य झाल्या तरच उपोषण सुटेल. बाहेरचा एक माणूस आत पाउल टाकू शकणार नाही अशी भक्कम तटबंदी आम्ही उभारणार आहोत.

लोधी- आम्ही संप फोडू. कुठे आणि कसा सुरुंग लावायचा ते मला चांगले माहीत आहे.

अलका- भ्रमात आहात तुम्ही. आमची एकी अभंग आहे.

लोधी- असे तुला वाटते.

अलका- योग्य वेळी तुम्हाला दिसेल ते. पाठोपाठ मुंबईच्या नर्सेस संपावर जातील. मग राज्यव्यापी संप पसरेल. या राज्यव्यापी संपाला तुम्ही कारण व्हाल.

लोधी- एवढी तुमची तयारी आहे?

अलका- होय आणि शेवटचा सैनिक पडेपर्यंत हा लढा, हा संप सुरु राहील.

लोधी- (एकदम पवित्रा बदलतो) बाई पण तुझ्या मागण्या काय आहेत ते तरी ऐकू दे. निवडणुका जवळ आलेल्या आहेत. त्यात मध्येच हा संप राज्यकर्त्यांना परवडणारा नाही. मधल्यामध्ये माझ्यावर ठपका येईल. काय करता येईल ते मी पहातो. तुमच्या संपाला तोंड देण्याची वेळ माझ्यावर नको.

अलका- आमच्या मागण्या..

लोधी- सांग, सांग. ऐकू दे मला.

अलका- नंबर एक:- कारखान्यातले कामगार, कचेरीत काम करणारे क्लार्क आठवड्यातून ठराविक तासच काम करीत. तसेच नर्स बद्दल हवे. नर्सला मात्र काळ वेळ न पहाता मरे मरेतो राबावे लागते. आम्हाला आठवड्यातून फक्त ३६ तासांची ड्युटी हवी. नम्बर दोन: नाईट ड्युटी नंतर दीड दिवस सुट्टी हवी. पूर्ण विश्रांती हवी.

लोधी- बर. समजले. पुढे?

अलका- नंबर तीन: ऑपरेशन रूम मधील काम कुशल कारागिरांचे समजले जावे. तिथे काम करणाऱ्या नर्सला इतरान्पेक्षा दुप्पट पगार हवा. नंबर चार: शिकाऊ नर्स इतरापेक्षा जास्तच काम करते. पण त्याना पगार नसतोच. फक्त स्टायपेंड. तोही नाममात्र. त्याना क्वालिफाईड नर्सप्रमाणे पगार मिळायला हवा. भत्ता मिळायला हवा.

डॉ. लोधी- आणखी काही आहेत की मागण्या संपल्या?

अलका- युनिफॉर्मसाठी भत्ता वाढवून हवा. मेसच्या तक्रारी आहेत. नाईट ड्युटीवर असलेल्या नर्सला रात्री जेवण मिळायला हवे. त्यासाठी मेस रात्री बारापर्यंत उघडी हवी.

डॉ. लोधी- तुमच्या मागण्या म्हणजे एअरइंडियाच्या पायलटच्या मागण्याप्रमाणे आहेत.

अलका- मग आम्ही त्यान्च्यापेक्षा कुठे आणि कशात कमी आहोत? पायलट ३०,००० फूट उंचीवरून प्रवाशाना नेतात. आम्ही रोग्यांना दुर्धर आजारातून पार नेतो. ते धडधाकट माणसांचे प्राण सांभाळतात, आम्ही आजाऱ्याचे प्राण सांभाळतो. प्रवाशांची ते काही तास सेवा करीत. जास्तीत जास्त २४ तास. आम्ही रुग्णांची काळजी कित्येक दिवस , कित्येक महिने, प्रसंगी कित्येक वर्षे घेतो. आम्ही अनेक पटीनी काम अधिक करतो. पण पायलट सरकारचे जावई आणि आम्ही?

डॉ. लोधी- वा! छान वकिली करते आहेस. चांगली बाजू मांडलीस. हे बघ. मी तुमच्या बाजूचा आहे. निदान मनातून. मला स्वतःला तुमच्या मागण्या मान्य आहेत. यूनिफोर्म आणि रात्रीची मेस माझ्या अधिकारातील बाबी आहेत. त्यात ताबडतोब सुधारणा करता येईल. बाकीच्या मागण्याना वरून मान्यता हवी. मी साहेबांकडे शिफारस करतो. त्यांनी हिरवा कंदील दाखविला म्हणजे..

अलका- आठ दिवस. आम्हाला आठ दिवसात निर्णय हवा.

डॉ.लोधी- माझ्याकडून मी प्रयत्न करतो. निदान आजची बैठक यशस्वी व्हायला माझ्याकडून काही एक आडकाठी नाही.

अलका- आभारी आहे सर. येते मी.

डॉ.लोधी- नो मेन्शन .

(अलका एक दोन पावले पुढे जाते व घोटाळते, थांबते.)

अलका- सर, आणखी काही बोलायचे होते. (आर्जवी स्वर) थोडे खाजगी बोलायचे होते.

डॉ. लोधी- खाजगी? अरे वा! युनियनची सेक्रेटरी खाजगी बोलू इच्छिते.

अलका- सांगितले ना हे खाजगी पर्सनल आहे म्हणून.

डॉ.लोधी- ओ.के. बोलून टाक.

अलका- ते सर्जन जोगळेकरांबद्दल आहे.

डॉ.लोधी- (आश्चर्यचकित होतो) जोगळेकरबद्दल! त्याला बोलता येत नाही काय? तुझी वकिली कशाला? तू कोण? तुझा काय संबंध?

अलका- मी? मी कोण? माझे त्यांच्याशी लग्न ठरलय मी त्यांची होणारी पत्नी.

लोधी- पण त्याला बोलता येत नाही का?

अलका- तो आंधळा झालाय.

लोधी- मघाशी तर चांगला बघत होता. वाटले नाही तसे. आंधळा असेल म्हणून.

अलका- तो आंधळा झालाय तुमच्याबद्दल वाटणाऱ्या भक्तीने. मान खाली घालून काम करीत राहायचे एवढेच त्याला ठाऊक झालंय. दुसरे काही दिसताच नाही. झापड लावून चाललेला रेसचा घोडाच जणू.

लोधी- प्रेम आहे म्हणतेस आणि हे आंधळा.. घोडा. एकेक काय नावे ठेवते आहेस त्याला. माझ्यावरची भक्ती आंधळी आणि तुझ्यावरचे प्रेम मात्र डोळस. नाही का? हे अस आहे? जरा नीट विचार कर.

अलका- दिवसभर तो सारखा राबत असतो. तुम्हीच त्याला राबवून घेता. एकूण एक ऑपरेशन तोच करतो.

लोधी- आता शिकायचे म्हणजे हे आलेच. त्याशिवाय का..

अलका- पण जिकडे तिकडे नाव मात्र तुमचे. ऑपरेशन त्याने करायचे आणि तिकडे लोकांनी पाय मात्र तुमचे धरायचे. पेशंट समजतो तुम्हीच त्याचे प्राण वाचविले.

लोधी- आता त्याला मी काय करू? पाटी लावू का त्याच्या नावाची? कां दवंडी फिरवू त्याच्या नावाची, “करणार हो करणार, डॉ. जोगळेकर करणार हिरवेगार ऑपरेशन”.

अलका- आजचच बघा. कालचे हे हाताचे ऑपरेशन त्यानेच केल. पण पेपरमध्ये कुठे त्याचे नाव आलं का? चक्क ठणठणीत तुम्ही ऑपरेशन केले म्हणून लंबी चौडी बातमी आहे. पण अरुणनेच ते ऑपरेशन केले. होय की नाही?

लोधी- ती चूक पेपरवाल्यांची.

अलका- दुपारी सत्कार होणार तुमच्या एकट्याचा. अरुण असणार कुठेतरी सांदी कोपऱ्यात.

लोधी- आता मी बॉस आणि तो माझ्या हाताखालचा मदतनीस. माझा असिस्टंट. माझा सत्कार म्हणजे त्याचाच नाही का?

अलका- हे असच कायम होत रहाणार. नेहेमी तो मागेच रहाणार. तो पुढे येणार तरी कधी? जन्मभर तो असाच ..खितपत पडणार. केवढे त्याचे दुर्भाग्य?

लोधी- तुझे प्रेम त्याच्या वाट्याला आले. हे केवढे त्याचे भाग्य! कुणीही त्याचा हेवाच करील.

अलका- तुम्ही त्याची प्रगतीची वाटच रोखून धरली आहे.

लोधी- खोट. साफ खोट आहे हे. उलट मीच त्याला रोज नवी संधि देत आहे. रोज नवे ऑपरेशन मी त्याला करायला देतो आहे. माझ्यामुळेच तो इथे आला. इथल्या मातीत रुजला. नवीन शिकायची, नवा अनुभव घेण्याची संधि मीच त्याला दिली.

अलका - अनुभवाच्या नावाखाली तुम्ही त्याचे नाव हिरावून घेतलेत. नाहीतर त्याने केव्हढां लौकिक , केव्हढी कीर्ती मिळवली असती. सगळीकडे त्याला मान मान्यता मिळाली असती. पैशाच्या राशी त्याच्या पायावर पडल्या असत्या. पण तुम्ही बांडगुळासारखे त्याचे शोषण करीत आलात.

लोधी - हां... जीभ आवर ती. फार वहात चाललीस . तुझ्या बेताल जिभेला आवर. नाही तर...

अलका - नाहीतर काय कराल माझे?

लोधी - हा मानमरातब जोगळेकरला नकोय . तो साधासीधा इसम आहे. मी इतकी वर्ष त्याला पाहतोय. नाव लौकिक, पैसा, गाडी, बंगला हे सारे हवं तुला.

अलका - (चपापून) मला!

लोधी - हो तुलाच. हाच प्रश्न आहेना? मग मी सांगू का एक सोपा उपाय.

अलका - मी माझ्याबद्दल नव्हते विचारत. मी अरुण जोगळेकर बद्दल विचारते आहे.

लोधी - पण मी तुझ्याबद्दल बोलतोय. मान, मरातब, कीर्ती, यांची हाव तुला आहे, मग तू माझीच निवड का नाही करीत. सगळ तुला विनासायास मिळेल . पैसा, गाडी, बंगला, मान, कीर्ती , माझ्याजवळ तुला हवे ते सगळे आहे. त्या जोगळेकरचा नाद सोड. मी त्याला लवकरच अमेरिकेला पाठवणार आहे. पुढच्या अभ्यासासाठी. तू त्याच्या पायात धोंड बनून राहशील. बघ.

अलका - (क्षणभर थक्क होते. तो काय म्हणतो तेच तिच्या लक्षात आलेले नाही.) सर , काय बडबडताय? मला, मला गेले पाहिजे. मी निघते, (उठून उभी रहाते.)

लोधी - बिचारा जोगळेकर ! तो एकांडा शिलेदार आहे. त्याला तुझी चिंता नाही. तू माझ्याकडे ये. तुझ्या या सौंदर्याचे, कोमल देहाचे खर कोडकौतुक , रसग्रहण, माझ्याच हातून होइल, जोगळेकरच्या हातून नाही.

अलका - (ती आता भानावर आली आहे. कडाडते) जीभ आवरा साहेब. हा पांचटपणा पुरे करा. भलतेच काही बरळू नकात. नाहीतर..

लोधी - (हल्ला शांतपणे पुढे चालू ठेवतो.) मन शांत ठेव आणि नीट विचार कर. कशाला त्या बावळटच्या मागे लागतेस. तो तुला काय सुख देणार आहे. जन्मभर त्याच्यामागे वणवण भरकटत हिंडशील . तुझी परवड होईल. त्यापेक्षा माझ्याशी लग्न कर. मागणी, ही माझी मागणीच समज. लग्नाची मागणी तुझ्या पायाशी . माझ्याकडे काय नाही? तुला हवे ते सर्व आहे. नाव आहे, पैसा आहे. त्या काडीपैलवानापेक्षा मीच तुला अधिक शोभून दिसेन. (आवाज मृदू आणि हळुवार होतो) अलका, आपण दोघे मिळून आपला स्वर्ग उभा करू. चांदण्यात घर मांडू. एकमेकांना सुखी करू. खूप खूप आनंद लुटू. ये. इकडे ये. अशी दूर का उभी आहेस ? ये, जवळ ये या इथे. माझ्या जवळ.

(हे सर्व ऐकताना अलका संतापत जाते.)

अलका - हलकट ही हिम्मत करता. माझ्यावर वाकडी नजर ठेवता. (ती तावातावाने बाहेर जाऊ लागते. पण लोधी तिच्या मार्गात येतो.) दूर व्हा. मला जाऊ द्या. मला बाहेर जायचे आहे.)

लोधी - आता इथून तशी कशी जाशील. इथे मी म्हणेल तो कायदा आहे. मी डीन आहे. इथे माझे राज्य आहे. मला हवे ते मी मिळवत असतो. नेहमी. मी पावलेच तशी टाकतो. तसा प्लानच आखतो. आताही तसच करीन. मी तुला मिळवीन. तू माझीच होशील. तेंव्हा बऱ्या बोलाने हो म्हण... तयार हो...नाहीतर...

(तो पुढे येतो. तो तिच्यावर हल्ला करण्याच्या तयारीने पुढे येतो व तिचा हात धरून ओढतो. तो पुढे येत असतानाच अलका ओरडते. " धावा धावा. आई..ग.. कुणीतरी धावा हो सोडवा मला." क्षणभर अंधार . मग पुन्हा प्रकाश. मग लोधीच्या हाताला हिसडा देऊन अलका दूर होताना दिसते. "धावा धावा" म्हणत अलका धावत बाहेर जाते.)

(पडदा पडतो)

(अंक एक समाप्त.)

अंक दोन

प्रवेश १

(पडदा उघडतो तेंव्हा पहिल्या अंकाच्या अखेरीस असलेले दृश्य. डॉ.लोधीचा दिवाणखाना. अलका धावत बाहेर जात आहे. डॉ. लोधी धावत तिच्यामागे दारापर्यंत येतो. दारातून वाचमनला हाक मारतो.)

लोधी- पांडू, अडव तिला. तिला बाहेर जाऊ देऊ नकोस. ती बाहेर जाता कामा नये.

(बाहेरूनच पांडूचा आवाज येतो.)

पांडू वाचमन- बाईसाहेब, थांबा इथेच. साहेब काय सांगतात ते ऐकलेत ना? ते म्हणतात थांबा.

अलकाचा आवाज- तू कोण मला अडविणार. चल बाजूला हो.

पांडू- पण साहेब हाका मारताहेत तुम्हाला.(तो तिथूनच हाक मारतो) साहेब, साहेब..

अलका- माझी वाट सोड.

पांडू- बाई, पण झाल काय? साहेब आत तुमची वाट पहात आहेत. आत जा. ते बघा.

अलका- चल. हट. ही मी चालले. कोण मला अडवतोय ते बघते. आता अशीच चौकीवर जाते.

(बाहेरचे आवाज थांबतात. डॉ. लोधी फोन जवळ येऊन फोन उचलतो व डायल फिरवतो.)

डॉ.लोधी- (फोनच्या माउथपीस मध्ये) हलो, पोलीस चौकी हवी. मी डॉ लोधी माझ्या घरून बोलतो आहे. मी डीन आहे मेडिकल कॉलेजचा. नमस्ते, फौजदारसाहेब. होय. इथे एक विनयभंगाची केस झालीय.

(पांडू वॉचमन आत येत बडबडतो, “साहेब त्या गेल्या. थांबल्या नाहीत. आता मी काय बाई माणसाचा हात धरायचा?” तो दारातच थोडा पुढे येऊन थबकतो.)

डॉ.लोधी- (फोनमध्ये बोलत रहातो) एका नर्सला एकटी पाहून इथल्या वॉचमनने तिचा हात धरला. अतिप्रसंग करण्याचा प्रयत्न केला. तर एक कॉन्स्टेबल पाठवा. काय? तुम्हीच येता? वा. छान. हो त्याला इथेच ठेवला आहे. तुम्ही येईपर्यंत त्याला हलू देत नाही. पण लवकर या. हो आणि ती नर्स तिथे आलीच तक्रार नोंदवायला, तर तिला इकडेच घेऊन या.

पांडू- साहेब , काय झाल काय? कुणी काय केल? इथे तर मी एकटाच आहे. दुसरे इथे कोण, कधी आले?

डॉ.लोधी- चूप. तू गप्प रहा. बाईमाणसावर हात टाकतो ते टाकतोस. वर संभावितपणा करतोस.

पांडू - साहेब असे काय म्हणता? मी साधा भोळा नोकर माणूस.

डॉ.लोधी- पांडू, आता निदान माझे ऐक. यातून सुटायचे आहे ना? मग गप्प रहा. तोंड उघडायचे नाही. एकही उत्तर द्यायचे नाही. बाकीचे मी आणि वकील बघून घेतो. तोंड उघडलेस की फसशील.

पांडू- साहेब, पण मी काही केलेच नाही. मी फक्त बाईना थांबा म्हणालो.

डॉ.लोधी- पोलीस आता येताहेत. त्याना काय सांगायचे ते मी सांगतो. ते तुला घेऊन जातील. जाऊ दे.

पांडू- म्हणजे मला फुकट अटक करू देत. माझ्या नावाला काळ लागू देत.

डॉ.लोधी- नन्तरचे मी बघून घेईन.

पांडू- साहेब, हा माझ्यावर खोटा आळ आहे. मी काही एक केले नाही. माझी बायको, पोर भिकेला लागतील.

डॉ.लोधी- पांडू, घाबरायचे कारण नाही. ध्यानात ठेव. मी आहे ना? इथे तुला नोकरीला कुणी लावून घेतले? मीच ना? तर आता त्या कोपऱ्यात उभा रहा. बाहेर जायचे नाही. इन्स्पेक्टर विचारतील त्या प्रश्नाना नीट उत्तरे दे.

(वॉचमन पांडू कोपऱ्यात उभा रहातो. तेवढयात जोगळेकर आत येतो.)

जोगळेकर- सर, ते औषध सापडले का? मी त्यासाठीच परत आलो. तुम्ही ऑपरेशनसाठी येता ना? ऑपरेशन थिएटर तुमची वाट पहात आहे. आज चार ऑपरेशन आहेत. एक ऑपरेशन मोठे आहे. त्याला दीड ते दोन तास लागतील.

डॉ.लोधी- आय नो माय बॉय. पण यु कॅरी ऑन. मी आजूबाजूला आहेच. सुरुवात कर. मी आलोच. आय विल जॉईन. यु गो अहेड. ते औषध इथे दिसत नाही. कदाचित वॉर्ड मध्ये असेल. तिथे विचारायला हव.

डॉ. जोगळेकर- नाही सर. तुम्ही तिथे हवेत. तुम्ही थिएटर मध्ये असलात म्हणजे बरे वाटते. आधार असतो. वेळ प्रसंग उद्भवलाच तर.

डॉ.लोधी- अरे, मी तर हात जोडून उभा असतो. मी कुठे काय करतो? तूच तर सगळे करीत असतोस.

डॉ.जोगळेकर- म्हणून काय झाले . तुमचे असणेच महत्वाचे असते. त्या शिवाय म्हणतात ना माईंड बिहाइंड नाईफ महत्वाचे असते. माझ्या हातातल्या स्कालपेलमागे तुमची बुद्धी उभी असते. म्हणून तर..

डॉ.लोधी- बरे. बरे. पण तो आता आलेला पेशंट तपासलास का? ते साबळे गुरुजी? ही इस व्हि आय पी . चांगली बडदास्त ठेवायला हवी त्याची. तपासलेस का त्याना?

डॉ.जोगळेकर- नेहेमीचच, पोटात उजव्या बाजूला दुखते आहे. अक्युट अपेंडिक्स. मला लगेच ऑपरेशनची जरूर वाटत नाही. अक्युट अवस्था संपली की मग ऑपरेशन करायला हव.

डॉ.लोधी- थोड्या वेळाने मी तिकडे आलो की तपासतो त्याना. अजून मला इथेच थोडे काम आहे. देशमाने भेटले तर त्याना इकडेच पाठव. टेबलावरच्या फाईल्स घेऊन. मी इथेच पाहून उत्तरे सांगतो.

डॉ.जोगळेकर- पण ऑपरेशन थिएटर वाट पहातय त्याचे काय? आपल्याला आज थायरोईडचे एक ऑपरेशन करायचे आहे.

डॉ.लोधी- इथले काम संपले की मी ताबडतोब आलोच. (घड्याळाकडे पहातो) अर्ध्या तासाने , फार तर पाऊण तास. (जरा थांबून) जोगळेकर, तू खूप काम करतोस. तुझ्यासाठी काहीतरी करावे असे मनात सारखे येते. काय करु तूच सांग. एनी सजेशन्स?

जोगळेकर- सर, अशीच कृपा राहू द्या. आणखी काही एक नको.

डॉ.लोधी- नो.. नो.. नो. मी काहीतरी करायलाच हवे. अरे हो. (त्याला काहीतरी आठवते) दोन महिने अमेरीकेला जाऊन येतोस का? फोर्ड फौन्डेशनची एक फेलोशिप आहे. दोन महिन्यासाठी. त्यासाठी जा. नवीन अनुभव घे. नवीन तंत्रज्ञान शिकून घे. तुला चिक्कार ऑपरेशन करायला मिळतील. खूप पहायला मिळेल. हां चांगला चान्स आहे. मी तुझी शिफारस करतो. परत आल्यावर खाजगी प्रक्टीस सुरु कर. इथे माझा असिस्टंट म्हणून रहाशीलच. त्याशिवाय बाहेर प्रक्टीस कर.

जोगळेकर- (चेहेरा आन्दाने फुलून येतो) काय म्हणता काय सर. मी आणि अमेरिकेत. या फेलोशिपसाठी माझी निवड होणार?

डॉ.लोधी- हो. तूच त्यासाठी खरोखर लायक आहेस. मी तुझे नाव पाठवतो. शिवाय फोन करून सांगतो. तू तयारीला लाग.

जोगळेकर- मच ओब्लाईजड सर. तुम्ही माझ्यासाठी किती करता? तुम्ही इतके दिवस मला कामाची संधी दिलीत. आता अमेरिकेला जायचा चान्स देत आहात! सर हे उपकार मी कसे फेडणार?

डॉ.लोधी- उपकार. . . उपकार. ही कसली भाषा वापरतोस. अरे तू मला धाकट्या भावासारखा आहेस. माझा भाऊच मानतोय मी तूला. गेली कित्येक वर्षे भाऊ म्हणूनच मी तुझ्याकडे पहातोय.

जोगळेकर- भाऊ. मी तुमचा भाऊ. (गहिवरून येतो) . केवढे नाते जोडलेत! दादा..दादा मग मला तुमच्या पाया पडू द्यात. पाया पडतो मी तुमच्या. मला आशीर्वाद द्या. (तो वाकून लोधींच्या पाया पडू लागतो. लोधी पटकन मागे होतो.)

डॉ.लोधी- अरे हे काय? अरे, तू एवढा शिकलेला. तू काय गावंढळ माणसासारखे पाय धरावयाचे? छे. छे.

(बाहेरून "डॉक्टर आहेत का, डॉ. लोधी आहेत का?" असे ऐकू येते. पाठोपाठ हातात आखूड दांडी फिरवीत पोलीस इन्स्पेक्टर काळे प्रवेश करतात.)

डॉ.लोधी- या, या, इन्स्पेक्टर काळेसाहेब या.

ई.काळे - काय..काय गडबड झाली आहे इथे? तुमचा फोन आला आणि हातातले काम ठेऊन लगेच धावत आलो. हो. डॉक्टर लोकांचे काम आधी.

डॉ. लोधी- हा..हा पाजी इसम.. याने एका नर्सवर हात टाकला. इथे या खोलीत. माझ्या घरात एवढे धाडस.

जोगळेकर- म्हणजे अलकाच तर काही..

डॉ.लोधी- तेच . आता इन्स्पेक्टर बघून घेतील.

जोगळेकर- मी नाही समजलो. झाल तरी काय?

ई. काळे- हवालदार, लिहून घ्या. साहेब एकदा नीट सांगा . हा कोण? ही नर्स कुठे गेली? काय काय घडले.

डॉ.लोधी- थोड्या वेळापूर्वी एक नर्स इथे मला भेटायला आली होती. मी आत कामात गुंतलो होतो. ती इथे वाट पहात बसली होती. तेवढ्यात याने तिच्याशी अतिप्रसंग केला. " धावा धावा " असे ओरडत ती धावत सुटली. मी पळत आलो. पहातो तर तिचे कपडे फाटलेले, हा तिच्या अंगाशी झोम्बतोय...ती खाली जमिनीवर

वाचमन पांडू- खोट. साफ खोट. हे खर नाही साहेब.

डॉ.लोधी- मी त्याला मागे खेचला. दोन कानफाडीत देवून दिल्या आणि तुम्हाला फोन केला.

ई.काळे- ती नर्स कुठे आहे?

डॉ.लोधी- ती हॉस्पिटलमध्ये गेली असावी. ती जी धावत सुटली ती इथून गेलीच. मी याला धरण्यात गुंतलो होतो. तुम्ही याला ताब्यात घ्या. मी अलका कुठे आहे त्याची चौकशी करतो. पण जरा सबुरीने घ्यायला हवे. इन्स्पेक्टर साहेब, या मुली अब्रूला भितात तुम्ही याला सरळ करा. याचाच कबुली जबाब घ्या.

ई.काळे- ठीक आहे साहेब. हवालदार घाला त्याला हातकडी. चला.

(हवालदार पांडूला हातकड्या घालतो.) मी कम्प्लेंट लिहून घेतो. त्यावर आपणच सही करणार ना साहेब?

डॉ.लोधी- येस. येस. आय मस्ट. हे लोक मोकळे सोडले तर मुलीना वावरणे अशक्य होईल. तीनशे तरुण मुलींची जबाबदारी माझ्या शिरावर आहे.

डॉ.जोगळेकर- पण अलका कुठे आहे? मला अजिबात कसे समजले नाही? अरे देवा.. हे काय होऊन बसले? (कपाळावर हात मारतो.)

डॉ.लोधी- समजले का मी कोणत्या कामात अडकलो होतो ते? तुम्ही पुढे व्हा. कामाला लागा. शो मस्ट गो ऑन. डॉक्टरचे कर्तव्य मोठे कठीण असते. बरे मी आलोच थोड्या वेळात ऑपरेशन रूम मध्ये.
(डॉ.जोगळेकर जातो.)

डॉ.लोधी- इन्स्पेक्टर साहेब, ती मुलगी आता भेदरलेली असेल. अलका दाते तीच नाव आहे. पत्ता हॉस्पिटलचाच टाका. मी प्रथम तिला भेटतो. तिची समजूत घालतो. तिला तयार करतो. मग तुम्ही तिची जबानी घ्या. एकदम तिला विचारायला लागलात तर ती काही कबुल करणार नाही. या मुली फार भित्र्या असतात.

ई. काळे- हे मात्र खरे आहे.

डॉ.लोधी- तेंव्हा तुम्ही या वाचमनचा जबाब घ्या. त्याला चौदावे रत्न दाखवा. ही नर्स तयार झाली की मी तुम्हाला फोन करतो.

ई. काळे- ठीक आहे, साहेब, या तक्रारीवर सही करताना आपण? (एवढा वेळ लिहीत असलेला कागद पुढे करतो.)

डॉ.लोधी- ओ येस. आणा इकडे तो कागद.

(ई.काळे यांनी दिलेला कागद वाचून त्यावर सही करतात व कागद परत देतात. ई. काळे, हवालदार व वाचमन पांडू जातात. डॉ.लोधी ते गेल्यानंतर फोन उचलतात.)

डॉ.लोधी - हलो.. मला न्युज एडिटर पर्वते हवेत. हा. नमस्कार पर्वते साहेब. मी डीन डॉ.लोधी बोलतो आहे. जी. आर. मेडीकल कॉलेजमधून. एक बातमी द्यायची होती. एका वाचमनने नर्सवर बलात्कार करण्याचा प्रयत्न केला. ई. काळे तपास करताहेत. वाचमनला अटक झालेली आहे. हो ई. काळे तपास करित आहेत. थांक्यू.   (फोन खाली ठेवतो. स्टेजवर तो एकटाच . स्वतःशीच बोलतो)

आता ही जाते कुठे. माझ्या तावडीत सापडालीच पाहिजे. पळून पळून जाईल कुठे? माझ्या जाळ्यातून सुटणे सोपे नाही. पण पण आय मस्ट सेंड हिम टू यू. एस. ए. मी त्याला अमेरिकेला पाठवीन. उच्च शिक्षणासाठी.

(देशमाने प्रवेश करतात.)

डॉ.लोधी- या. आलात वाटते. देशमाने आपल्याला ते फोर्ड फौन्डेशनच्या स्कॉलरशीपसाठी नाव सुचवायचे होते. डॉ. जोगळेकर त्यासाठी योग्य आहे. त्याचे नाव पाठवू. पत्र तयार करा. आजच पाठवून द्या. त्यांच्याकडून फॉर्म भरून घ्या.

देशमाने - यस सर , मी पत्र तयार ठेवतो. ही सह्या करायची पत्रे आणली आहेत. आणखी एक पत्र होते आपल. खाजगी.

डॉ . लोधी - युनिवर्सिटीत मिटींग होती आज.

देशमाने - मी फोन करून सांगितले. ती पोस्टपोन झाली. तुमच्या सूचनेप्रमाणे .

डॉ लोधी - स्टाफची पे बिल.

देशमाने - तयार आहेत. सहीसाठी आणलीच आहेत.

(कागद सहीसाठी डॉ. लोधीकडे देतो. मांडीवर कागद ठेवून ते सह्या करतात. अखेरीस पाकीट फोडून वाचतात. चेहरा गंभीर होतो. मग रागावतात. अखेरीस पत्र फाडून चिंध्या करतात.)

देशमाने - काही खाजगी होते वाटते. ?

डॉ लोधी - या जगात आज कुणी ब्रम्हचारी म्हणून सुखाने रहाण्याची सोयच नाही. लागलीच मुलींचा ससेमिरा त्यांच्या मागे लागलाच. त्यातून इथे या बायकांच्या राज्यात ...

देशमाने- साहेब हे तर आपले राज्य. म्हणजे तुमचे आणि माझे.

डॉ.लोधी- पण आपल्याला तीनशे नर्सेसच्या ताफ्यात वावरावे लागते ना. म्हणून त्याला स्त्री राज्य म्हणायचे. . एक प्रकारचे. इथे त्या म्हणतील तोच कायदा असतो. एका नर्सचे पत्र होते.

देशमाने- असे? काय म्हणत होती?

डॉ.लोधी- म्हणणार काय दुसरे? लग्न करा नाहीतर पुन्हा जीव देईन.

देशमाने- पुन्हां?

डॉ.लोधी- हो. तीने म्हणे मागे एकदा जीव देऊ केला होता. मागच्या डीनच्या कारकीर्दीत.. प्रत्येक डीनच्या कारकीर्दीत ती एकदा जीव देणार हे ठरलेलेच.

देशमाने- एक सांगायचे विसरतच होतो. एक गृहस्थ भेटायला आलेत. ऑफिसात आपली वाट पहात आहेत. अडमिशन संबंधी भेटायला आलेत ते. त्यांच्या मुलीचा नंबर असता दुसऱ्या मुलीला अडमिशन दिली अशी त्यांची तक्रार आहे. तो हायकोर्टात जाणार आहे.

डॉ.लोधी- जा म्हणाव. मग इथे कशाला

देशमाने- पण त्या आधी आपल्याला एकदा भेटायचे होते.

डॉ.लोधी- तुम्ही हे प्रकरण एकदा नीट तपासले आहे ना?

देशमाने- यांच्या मुलीचा वेटिंग लिस्ट वरचा नंबर १३८ आहे. तिच्या मार्कांची करेकटेड बेरीज ८६.६५ आहे. गेल्या आठवड्यात आपण १३७ ला अडमिशन दिली. १३७ ला टेनिसच्या प्राविण्याचे ५ मार्क मिळाले आहेत. श्री फाटक म्हणजे १३८ चे वडील. त्यांचे म्हणणे असे की १३७ ने खेळाच्या नैपुण्याचे खोटे सर्टीफिकेट दिले आहे. ती म्हणे कधी टेनिस खेळतच नव्हती.

डॉ.लोधी- सर्टीफिकेट बरोबर आहे ना?

देशमाने- सर्टीफिकेट ठीक आहे. पण ते खोटे आहे असे मिस्टर फाटक म्हणतात.

डॉ. लोधी- जाऊ दे त्यांना कोर्टात.

देशमाने- तो ऑफिसात वाट पहात असला आहे. रत्नागिरीचा वकील आहे.

डॉ.लोधी- (चमकतो) रत्नागिरीचा आणि वकील. काय.. काय नाव आहे त्यांचे?

देशमाने- फाटक. नानासाहेब फाटक. अडव्होकेट. बी.ए.एल.एल.बी. मुलीचे नाव शांता.

डॉ.लोधी- नानासाहेब फाटक. नाना...नाना फाटक. रत्नागिरीचा.

देशमाने- आपण ओळखता वाटते त्यांना?

डॉ.लोधी- छे! छे! पण नाना फाटक नाव कसे उच्चारायला सोपे वाटते. नाही का? अगदी तोंडात बसल्यासारखे.

(तेवढ्यात दारावरची घंटा वाजते. रामा आत येऊन सांगतो, "नाना फाटक आलेत.")

डॉ.लोधी- त्यांना ऑफिसात भेटायला सांग. मी घरी भेटत नसतो कुणालाही.

(तेवढ्यात नानासाहेब फाटक आत प्रवेश करतात. घुसतात. "अहो..अहो" म्हणत रामा मागोमाग येतो.)

नानासाहेब- साहेब, एक मिनिट भेटायचे होते.

डॉ.लोधी- पण मी आता कामात आहे.

नानासाहेब- मी आपला फार वेळ घेणार नाही. फक्त थोडी माहिती आपल्या कानावर घालायची होती. आधी सांगितले नाही असे मागाहून तुम्ही म्हणायला नको.

डॉ.लोधी- काय सांगायचे होते? थोडक्यात बोला.

नानासाहेब- माझी मुलगी शांता फाटक. तिचा लिस्टवर नंबर १३८ आहे. तिच्या आधी जिला अडमिशन दिली त्या १३७ नम्बरने खेळाचे खोटे सर्टीफिकेट दिलंय. हे मी सिद्ध करु शकतो. अडमिशन तिच्या ऐवजी माझ्या मुलीला मिळायला हवी. त्यासाठी मी कोर्टात जायला तयार आहे.

डॉ.लोधी- पण १३७ चे सर्टीफिकेट बरोबर आहे. होय ना देशमाने?

देशमाने- येस सर. सर्टीफिकेट इस इन ऑर्डर. काल हे भेटून गेल्यानंतर मी जिल्हा परिषदेत फोन केला होता.

नानासाहेब- तीन वर्षापूर्वी या मुलीला पोलिओचा आजार झाला होता. तेंव्हापासून तिचा डावा पाय लुळा आहे. तिला खेळात भाग घेता येणे अशक्य आहे.

डॉ.लोधी- याला पुरावा हवा. तोंडी काही एक चालणार नाही. लेखी पुरावा हवा.

डॉ.लोधी- (नानासाहेबाना) आता बोला?

नानासाहेब- ती अडमिट झाली होती त्या हॉस्पिटलचे कागदपत्र माझ्याकडे आहेत. शिवाय मी त्या मुलीची साक्ष काढीन. तीला धड चालताच येत नाही. ती टेनिस खेळणार कशी?

डॉ.लोधी- एका अपंग मुलीने खेळात एवढे प्राविण्य मिळवले त्याचे कौतुक करायचे, ते सोडून तुम्ही तिचा नायनाट करायला निघाला आहात. काटा काढता आहात.

नानासाहेब- पण त्यासाठी माझ्या मुलीचा बळी का? तेंव्हा मी आजच हायकोर्टात जात आहे. याद राखा.

(नानासाहेब दारापर्यंत जातात. काहीतरी आठवल्यामुळे पुन्हा माघारी फिरतात.)

नानासाहेब- (थोडे स्वतःशीच बोलल्याप्रमाणे) मघापासून आठवायचा प्रयत्न करतो आहे. पण लक्षातच येत नाही. तुमचा चेहेरा अगदी ओळखीचा वाटतो आहे. बऱ्याच वेळा पाहिल्यासारखा. (लोधी दचकतो) पण कुठे ते आठवत नाही.

डॉ.लोधी- असे?

नानासाहेब- आपण कधी रत्नागिरीला आला होतात वाटते?

डॉ.लोधी- (गडबडून) छे छे! रत्नागिरीला मी गेल्या तीस वर्षात पाउल टाकले नाही.

नानासाहेब- आश्चर्य आहे. अगदी अस्सा चेहेरा . ही कपाळावरची खूण खूप वेळा पाहिल्यासारखी वाटते. होते असे कधी कधी. तुम्हाला मी ओळखीचा वाटतो का?

डॉ.लोधी- अजिबात नाही.

नानासाहेब- बराय. येतो मी. (नानासाहेब जातात.)

डॉ.लोधी- चला. जायला हवे. ऑपरेशन साठी मंडळी वाट पहात असतील.

(अंक दोन, प्रवेश एक, समाप्त. पडदा पडतो.)

अंक २

प्रवेश २

(मागील प्रवेशानंतर ५ - ६ दिवसांचा अवधी गेलेला आहे. स्थळ- ऑपरेशन थिएटरला लागून असलेली हॉलसारखी खोली. मागे दोन बंद, दारे आणि खिडक्या दिसतात. दोन्ही दाराना वरच्या बाजूस काच आहे. त्यातून पलीकडे पहाता येते. एका दारावर सायलेन्स व ऑपरेशन थिएटर नं १ अशी पाटी आहे. भीतीवर कपडे टांगण्यासाठी खुन्टाळी व हंगर्स आहेत. दोन वॉश बेसिन दिसतात. एका बाजूस गाऊन, मास्क, टोप्या इत्यादींच्या घड्या असालेले शेल्फ दिसते. डाव्या हाताला पासेज मधून आत येणारे दार आहे. बसण्यासाठी चार खुर्च्या व एक सोफा. समोर टीपॉय आहे. खुन्टाळ्यावर काही शर्ट, कोट ओम्बत आहेत. टेबलावर एक अटची केस आहे. पडदा उघडतो तेंव्हा अलका थिएटरच्या बंद दाराच्या खिडकीतून आतील हालचाल पहात उभी आहे. तिची पाठ प्रेक्षकान्कडे आहे. आता ती नर्सच्या पांढऱ्या शुभ्र युनिफॉर्ममध्ये आहे. डावीकडच्या दारातून दुसरी नर्स आत येते. अलका आतील दृश्य पहाण्यात रंगून गेली आहे.)

नर्स- अलका एवढे काय पाहात आहेस? आज प्रथमच इथे आलीस वाटते? हव तर सरळ आत जा.

अलका - डीनसाहेब नेहेमी सारखे उभे आहेत, हात जोडून. तेच पहातेय. पल्लवी नूच सांग. त्यांना ऑपरेशन करताना कधी पाहिले आहेस?

पल्लवी- छोटी छोटी ऑपरेशन करतात. गळू कापण्याचे, जखमेला टाके घालायचे, असले काही करताना मागे दिसायचे.

अलका- ही कामे शिकाऊ नर्स सुद्धा करते.

पल्लवी- खूप वर्षापूर्वी एकदा अपेंडिक्स काढताना पाहिले होते. फार वर्षे झाली त्याला. एवद्यात त्यांनी मोठे ऑपरेशन केलेले मात्र पाहिले नाही.

अलका- त्यांची सगळी ऑपरेशन डॉ. जोगळेकरच करतात.

पल्लवी- हो ना. काय ग अलका , ते पोलीस इन्स्पेक्टर, आजही ते आले होते का?

अलका- हो. आले होते. (रागावून) पण तुला कशाला नसत्या चांभार चौकशा?

पल्लवी- बघ रागावलीस? अग आपण जिवलग मैत्रिणी आहोत ना? मग मला माहीत नको का? सगळ्याजणी विचारतात, काय झाल, कसे झाले? (जरा थांबून) अग मन मोकळे केले म्हणजे बरे असते. दुक्ख मनात ठेवून.. वाढते.

अलका- जगाला नसती उठाठेव करायचे काही एक कारण नाही. हा प्रश्न माझा आहे.

पल्लवी- पण जग मला प्रश्न विचारते.

अलका- विचारू देत. तू आपली गप्प बैस.

पल्लवी- तुझ्याशी मुळी काही बोलण्यात अर्थच नाही. जाते मी. कामे माझी वाट पहात आहेत.

(पल्लवी समोरच्या दाराने निघून जाते. दार तिच्यामागे बंद होते. अलका रंगमंचावर एकटीच उरते. क्षणभर पुन्हा ती बंद दारातून काचेतून थिएटरमध्ये डोकावते. मग उगीचच काही काम करण्याचा बहाणा करते. उजव्या कोपऱ्यात असलेल्या गाऊनच्या शेल्फपाशी जाते. डावीकडच्या दाराने त्याचवेळी ज्योत्स्ना

प्रवेश करते. ती लपत छपत इकडे तिकडे पहात येते. एकीकडे लाजते. ती जणू काही कुणाला भेटण्याच्या अपेक्षेने इथे आली आहे. तीने साधी चुरगळलेली साडी नेसली आहे. ती प्रथम थोडी मागे जाते व भिंतीच्या कडेकडेने स्टेजच्या मध्यापर्यंत येते. मग तिचे लक्ष अलकाकडे जाते व ती एकदम दचकते. थांबून उभी रहाते. अलकाने तीला केंव्हाच पाहिले आहे. व लक्षपूर्वक ती तिच्याकडे पहात आहे. ज्योत्स्ना आजारी असल्यासारखी दिसते. चेहेरा निस्तेज, फिकट आहे.)

अलका- ज्योत्स्ना, अग तू इथे कशी? अजून तू हॉस्पिटलमध्ये अडमीट आहेस ना?

ज्योत्स्ना- हो अडमिटच आहे. अजून डिस्चार्ज दिला नाही. पण दिवसभर एकटे पडून कंटाळा येतो. झोपणार तरी किती. मन खायला उठतो. इथे कुणीतरी आपल्यापैकी भेटेल, गप्पा मारता येतील थोडा वेळ, म्हणून आले मी.

अलका- अग, थोड्या वेळाने मी येणारच होते तुझ्या रुममध्ये. तुला भेटायला. बस, अजून तुझा अशक्तपणा गेलेला दिसत नाही. बघ , तुझे पाय लटपटत आहेत.

(ज्योत्स्ना खुर्चीपाशी येऊन उभी रहाते. खुर्चीची पाठ धरून ती मागे उभी रहाते.)

अलका- हे बघ. अजून दोन दिवस नुसती पडून रहा. उगीच इकडे तिकडे हिंडू फिरू नकोस.

(ज्योत्स्ना मान खाली घालून ऐकते.)

अलका- पण काय बाई धाडस केलस. उगीच एवढ्या तेवढ्यासाठी आपल्या जीवाची बाजी कशाला लावायची? स्वतःचा जीव एवढा नकोसा झाला का तुला? त्या दिवशी अजून दोन तास समजले नसते तर तू काही वाचली नसतीस.

ज्योत्स्ना- एवढ्या तेवढ्यासाठी! तुला माहीत नाही म्हणून म्हणते आहेस. मला त्या शिवाय मार्गच नव्हता.

अलका- चल, हट. मी नाही असले ऐकून घेणार. ही वाक्य नाटकातच शोभतात. झाले होते काय तुला जीव द्यायला? कुणी एखादा जाता जाता सहज हसला, कामानिमित्त दोन चार वाक्य बोलला की तुम्ही मुली त्याला आपले प्रेम देऊ करता! इतके तुमचे प्रेम स्वस्त असते. मग त्याला ते नको असले की निघाल्या झोपेच्या गोळ्या खाऊन जीव द्यायला.

ज्योत्स्ना- एवढी काही मी खुळी नाही बरे. (ती पुढे येऊन खुर्चीवर बसते.) मी काही आजच इथे नाही आले.

अलका- मग झाले तरी काय एवढे ? कशासाठी तू पंचवीस झोपेच्या गोळ्या गिळल्यास? मी तर तुला कुणाबरोबर कधी हिंडता फिरताना पाहिले नव्हते.

ज्योत्स्ना- खरच, दुसरा मार्गाच उरला नव्हता मला.

अलका- पुन्हा तेच. नाटकातले वाक्य नको. सरळ सांग. वस्तुस्थिती बोल.

ज्योत्स्ना- आता तुला म्हणून सांगते. पण वचन दे. कुण्णा कुण्णाला सांगायचे नाही. मी अजून कुणालाच सांगितले नाही. ठेवशील तुझ्या पोटात?

अलका- हो. ठेवीन.

ज्योत्स्ना- मी..मी आई होणार आहे. दिवस गेलेत मला.

(अलका दचकते.)

अलका- खरे सांगतेस हे? सांग खोट आहे हे. खोट आहे.

ज्योत्स्ना- नाही. खरे आहे. म्हणून तर..

अलका- अग, मग लग्न करून मोकळे व्हा. याची काय जरुरी होती?

ज्योत्स्ना- (गप्प बसते. उत्तरच देत नाही.)

अलका- कोण तो? आता तरी त्याचे नाव सांग. मी त्याला लग्न तुझ्याशी करायला लावते.

ज्योत्स्ना- ......(गप्पच)

अलका- अग नाव सांग ना? कोण आहे तो? डॉक्टरच आहे ना?

ज्योत्स्ना- हो. डॉक्टरच आहे.

अलका- कोण तो? अश्शी त्याच्याकडे जाते. मी तुझ्या पाठीशी आहे. संपूर्ण युनियन तुझ्यामागे आहे.

ज्योत्स्ना- (मान खाली घालून) नाही. नाव कुणाला सांगू नकोस असे त्यांनी वचन घेतले आहे माझ्याकडून.

अलका- कसले वचन आणि काय घेऊन बसली आहेस? इथे तुझ्या गळ्याला फास बसला आहे. मोड ते वचन आणि सांग ओरडून साऱ्या जगाला.

(थोड्या वेळाने..)

अलका- पण मग तुम्ही लग्न का नाही करीत?

ज्योत्स्ना- सध्या त्यांना शक्य नाही. थोडे थांबायला हवे. योग्य वेळ येई पर्यंत.

अलका- पण ही योग्य वेळ येणार केंव्हा? कधी?

ज्योत्स्ना- समजले ना, मी का झोपेच्या गोळ्या खाल्ल्या ते?

अलका- पण त्याने काय साध्य झाले? फुकाफुकी तू मात्र मेली असतीस. तो हलकट एकदा तरी तुला भेटायला आला होता का?

ज्योत्स्ना- (एकदम उत्साहित होते. तिच्या स्वरात आशा आहे) हो. आले होते ना. खरेच ते आले होते. मला भेटून गेले ते.

अलका- (अविश्वासाने) आणि काय म्हणाला?

ज्योत्स्ना- (भावपूर्ण स्वप्नाळू आवाजात) म्हणाले, वेडी कुठली. अस का कुणी करतात. मी काय नाही का म्हणालो होतो! थोडे थांबायला हवे एवढाच माझ्या म्हणण्याचा अर्थ होता. असे म्हणाले ते.

अलका- अस. मग कधी लग्न करणार आहात?

ज्योत्स्ना- लवकरच.

अलका- मग आता तरी त्याच नाव सांग.

ज्योत्स्ना- अं. हं. ते मात्र पुन्हा त्यांनी बजावले. कुणालाही एवढ्यात सांगायचे नाही. समजू द्यायचे नाही.

अलका- हा काय पाजीपणा आहे? प्रकरण एवढ्यावर आले तरी म्हणे नाव सांगू नकोस. पण मला सांग. मी त्याला विचारते. सोक्षमोक्ष लावते याचा. मला नाही वाटत तो सुखासुखी लग्न करील असे. इरसाल वाटतो. हलकट आहे. सावध रहायला हवे तू.

ज्योत्स्ना- अलका, असले काही त्यांच्याबद्दल बोललेले मला खपायाचे नाही. किती झाले तरी माझे होणारे पती आहेत ते. ते तसले नाहीत.

अलका- (शांत होत) पण लवकर म्हणजे कधी? पुढच्या महिन्यात?

ज्योत्स्ना- (नकारार्थी मान हालविते.)

अलका- त्याच्या पुढच्या?

ज्योत्स्ना- असे नक्की नाही ठरले.

अलका- ज्योत्स्ना, किती महिने गेलेत तुला?

ज्योत्स्ना- तीन महिने.

अलका- मग लवकर उरकायला हवे. फार थांबायला वेळ नाही. पुढच्या महिन्यापासून..

ज्योत्स्ना- तेच तर.. म्हणून तर.. मी (गलबलून येते , अस्वस्थ होते. तिचा स्वर भरून येतो.) त्यांना शोधते आहे. मी त्यांनाच शोधायला इथे आले होते. पण.. (ती बाहेर जाते.)

अलका- (तिच्याकडे पाहून मान हलविते) ती त्याला शोधायला इथे आली होती. तो इथे भेटावा अशी तिची अपेक्षा होती, म्हणजे..म्हणजे?

(डॉ. लोधी दार ढकलून थीएटरमधून बाहेर येतो. दार त्याचे मागे आपोआप बंद होते. तो हातातले रबरी ग्लोव्ह काढून कोपऱ्यात फेकतो. तोंडावरचा मास्क गळ्यात घेतो. मग त्याचे लक्ष अलकाकडे जाते.)

डॉ. लोधी - कोण अलका? तू इथे कशी? कुणाला, जोगळेकरला भेटायला आलीस वाटते?

अलका- नाही. तुम्हालाच भेटायचे होते.

डॉ. लोधी- का? विचार बदलला वाटते? इतक्या लवकर?

अलका- (चिडून) अहो हे काय चाललय काय? काय तमाशा चालवला आहात तुम्ही? जिकडे तिकडे चर्चा चालली आहे माझ्या नावाची. वर्तमानपत्रात बातम्या येताहेत. आणि रोज माझ्यामागे पोलिसांचा ससेमिरा आहे.

डॉ.लोधी- त्या दिवशी पळालीस. मोठा आरडाओरडा केलास. मी त्यात सापडेन असे वाटले नाही का तुला? तुला माझी नाचक्की करायची होती. होय ना? हाच तुझा हेतू होता ना?

अलका- माझा काही हेतू बेतू नव्हता. मला फक्त तेथून सुटायचे होते.

डॉ.लोधी- पण बाई आता सुटून जाशील कुठे? यातून तुला वाचवू शकेन फक्त मी. ध्यानात घे. माझा हात मी पुढे केलेला आहेच.

(डॉ.जोगळेकर प्रवेश करतो. आत येता येता तो तोंडावरचा मास्क खाली घेतो.)

डॉ.जोगळेकर- सर, पुढचा पेशंट टेबलावर घेतो. घ्यायचा ना?

डॉ.लोधी- घ्या. घ्या. करून टाकू. हू इस नेक्स्ट?

डॉ.जोगळेकर- सर, ते साबळे गुरुजी. व्हि.आय.पी. आजच त्यांचे ऑपरेशन करावे असे आपण सकाळी ठरवलय. त्यांचे अपेंडिक्स फुटले. शेवटी पेरीटोनायटीस झाले. पण हे ऑपरेशन मात्र तुम्ही स्वतः करायचे सर. बडी असामी आहे. तेंव्हा..

डॉ.लोधी- मी आहेच तर. मी शेजारी उभा असतोच. म्हणजे झालच. तू आणि मी यात फरक आहेच कुठे? गो अहेड. टेक हिम ऑन द टेबल. मी आलोच.

(डॉ. जोगळेकर जातो. डॉ. लोधी पुन्हा अलकाकडे वळतो.)

डॉ.लोधी- एक चांगली बातमी आहे.

अलका- कसली?

डॉ लोधी - तुमच्या सगळ्या मागण्या मान्य झाल्या आहेत. तुमच्या सर्वच्या सर्व मागण्या मी शिफारस करून पाठविल्या होत्या. कालच्या मंत्रिमंडळाच्या बैठकीत त्यांना मान्यता मिळाली.

अलका - झान झाले. आमच्या मुली खुश होतील. सम्पाविना सगळे मिळाले.

डॉ. लोधी- याचे श्रेय तुला आहे. तू ज्या चतुराईने त्यांची वकिली केलीस त्याचा हा परिणाम. तुझे अभिनंदन करायला हवे.

अलका - माझे अभिनंदन कशाला ? तुम्हाला शहाणपणा सुचला. अभिनंदन तुमचे करायला हवे. पण एक सांगू का? मला नाही हे खर वाटत. यात तुमचा काही वेगळाच डाव तर नाही ना?

(नानासाहेब फाटक प्रवेश करतात.)

नानासाहेब- वा, डीन साहेब, तुम्ही इथे आहात तर. मघापासून तुम्हाला शोधतो आहे. घरी गेलो , ऑफिसात गेलो , ओ.पी. डी. मध्ये पाहिले. अखेर इथे सापडलात.

डॉ. लोधी–(घड्याळात पहात) ही ऑपरेशनची वेळ असते. यावेळी मी इथेच असतो. रोज . पण तुम्ही इथ का आलात? तुमचे म्हणणे काल समजले. तुम्ही कोर्टात जाणार आहात तेही समजले. कोर्टाचे समन्स येईल तेव्हां बघू काय करायचे ते!

नानासाहेब - मी त्यासाठी नाही आलो. आता ते होईलच इन ड्यू कोर्स. मी आलो वेगळ्याच कामासाठी. काल रात्री आठवले.

डॉ. लोधी - काय आठवले?

नानासाहेब- गंगाधर लोंढे .

डॉ. लोधी - (किंचित दचकतात पण सावरतात.) हा कोण गंगाधर लोंढे?

नानासाहेब - तुम्हाला नाही आठवणार. बरोबर आहे. कारण तुम्ही त्याला कधी पाहिलेच नाही.

डॉ. लोधी- त्याचा काय इथे संबंध ? मला कशाला सांगता आहात.?

नानासाहेब - हा गंगाधर लोंढे रत्नागिरीचा. माझ्याच वयाचा , बरोबरीचाच म्हणायला हवा. काल दिवसभर विचार करीत होतो. एकाएकी रात्री आठवले.

डॉ. लोधी - काय आठवले?

नानासाहेब - अगदी तुमची अंगलट. तुमचाच चेहेरा. अगदी तसाच तुमच्याच सारखा दिसायचा. हा गंग्या पंचवीस वर्षापूर्वी रत्नागिरीतून एकदम अदृश्य झाला. पुढे त्याचे काय झाले त्याचा काही पत्ता नाही.

डॉ.लोधी- तुमचा दोस्त होता वाटते?

नानासाहेब- तसा दोस्त नव्हे. पण होता आपला थोडा परिचय. शाळेसमोरच्या सरकारी दवाखान्यात तो कंपाउंडर होता. रविवारी कधीकधी आमच्या मित्रांच्या अड्ड्यात पत्ते खेळायला येई. तसा तो फार बोलायचा नाही. अबोलच म्हणायला हवे. आतल्या गाठीचा. अंगात काळा कोट घालायचा. डोक्यावर काळी टोपी, थोडी पुढे ओढलेली.

डॉ.लोधी- पुढे कुठे गेला?

नानासाहेब- आता इतक्या वर्षांनी काय सांगणार? नोकरी सोडून गेला की बदलून गेला? अजून जिवंत आहे की आटोपला? काही पत्ता नाही. इतक्या वर्षात कुठे पुन्हा त्याची गाठ नाही, भेट नाही. चार दिवसापूर्वी तुम्हाला पाहिले तेंव्हा तुमचा चेहेरा ओळखीचा वाटला. आणि काल रात्री एकदम आठवले, हा चेहेरा त्या गंगाधर लोंढे याचा. त्याच्यासारखा.

डॉ. लोधी- मोठी गम्मत आहे ही.

नानासाहेब- बाकी गंगाधर ब्रीज मात्र छान खेळायचा हं. तिसऱ्या राउंडला तुमच्या हातातील पाने बिनचूक सांगेल. मला मोठे नवल वाटायचे तेंव्हा.

डॉ.लोधी- (हरवल्यासारखा) ब्रीज खेळायचा म्हणता?

नानासाहेब- आणखी एक गम्मत आली का लक्षात?

डॉ.लोधी- नाही.

नानासाहेब- तो लोंढे आणि तुम्ही लोधी. म्हणजे दोघांच्याही नावात काही साम्य आहे. थोडे.

(नर्स दार उघडून डॉ. लोधीना हाक मारते)

नर्स- सर, डॉक्टर जोगळेकर बोलावताहेत. पेशंट इज अंडर अनस्थेशिया.

डॉ.लोधी- आलोच मी. (बेसिनपाशी जाऊन हात धुवू लागतात. एकीकडे) इट इज इंटरेस्टिंग. आपण पुन्हा बोलू या केंव्हातरी मिस्टर...

नानासाहेब - मिस्टर फाटक. हो. हो. पुन्हा भेटूच आपण.

(लोधी आत जातो. नानासाहेब स्वतःशीच हसतात.) काय हुबेहूब दिसतो, अगदी पाठमोरा लोंढेच.

अलका- मिस्टर फाटक म्हणजे आमचे साहेब आणि तुमचा लोंढे एकच असे तर नाही ना म्हणायचे तुम्हाला?

नानासाहेब- छे. छे. असे कसे मी म्हणेन. वेडा आहे काय मी असे म्हणायला. कुठे तो लोंढ्या, रत्नागिरीत विड्या पीत पारावर बसणारा, सकाळ संध्याकाळ रोग्यांना मलम पट्टी करणारा, आणि कुठे हे डॉ. लोधी एफ.आर.सी. एस, फॉरीन रिटर्न्ड, डीन, आर.जी. मेडीकल कॉलेज.

अलका- पण एवढा सारखेपणा..

नानासाहेब- आढळतो कधी कधी. नारायणाची करणी आणि नारळात पाणी! अजब आहे बर...

(तेवढ्यात तारवाला घाई घाईत प्रवेश करतो.)

तारवाला- डॉ. जोगळेकर आहेत का? तार आहे त्यांची.

अलका- डॉक्टर आत ऑपरेशन करताहेत . दे तार इकडे. मी नेऊन देते.

तारवाला- इथे सही करा.

(अलका सही करून तारेचा लिफाफा घेते. "बराय. मी येतो." म्हणून नानासाहेब फाटक जातात. पाठोपाठ तारवाला जातो. अलका ऑपरेशन थिएटरचे दार उघडून सांगते " सर, तार आहे तुमची , जोगळेकर सर, तुमची तार, एक्सप्रेस."

डॉ.जोगळेकरचा आवाज ऐकू येतो, "अलका तूच आहेस ना? मग उघड आणि वाच.")

अलका- (तार लिफाफा फोडून वाचते) मदर सिरीयस. स्टार्ट इमिजिएटली. मुंबईहून आलीय. एक्सप्रेस तार.

डॉ.लोधीचा आवाज -जोगळेकर तू जा. मी बघतो या ऑपरेशनचे. मी पूर्ण करतो. तू जा.

जोगळेकर- (आवाज) सर, पण एवढे संपवून जातो.

डॉ.लोधी- नो. नो. नो. तिथे काय परिस्थिती असेल सांगता येत नाही. तू आता लगेच निघायला हवे. काय वय आहे तिचे.

डॉ. जोगळेकर- सत्तर वर्षे.

डॉ. लोधी- या वयात कशाचा भरवसा देता येत नाही. तू पळ. टक्सीने जा. नाहीतर माझी गाडी घेऊन जा. किल्ल्या बाहेर टेबलावर पडल्या आहेत.

डॉ. जोगळेकर- सर पण हे ऑपरेशन...

डॉ.लोधी- साधे अपेंडिक्स आहे. मी करतो. त्यात काय आहे. इतकी ऑपरेशन मी केली आहेत.

डॉ. जोगळेकर- मग जाऊ मी? का हे संपवून जाऊ. कदाचित..

डॉ.लोधी- जा म्हणतो ना मी.

(डॉ. जोगळेकर बाहेर येतो व टेबलावरच्या किल्ल्या उचलतो.)

अलका- अरुण..

जोगळेकर- अलका तू आत जा. चेंज आणि वॉश. सराना मदत कर. कदाचित त्यांना मदत लागेल. त्यांनी फार दिवसात स्वतः काही केले नाही.

(अलका आत जाते. दुसऱ्या दाराने जोगळेकर बाहेर जातो. जाण्यापूर्वी पांढरा गाऊन काढून कोट घालतो. थोडा वेळ शांतता. मग थियेटरचे दार अर्धवट उघडते. आतून आवाज येतात. एक सुस्कारा टाकल्याचा आणि आ: असा अति वेदनेने तळमळत असल्याचा आवाज येतो.)

डॉ.लोधी- कोण कोण कण्हत आहे? कुणी सुस्कारा टाकला?

(कुणीच उत्तर देत नाही. पण पुन्हा वेदनेनी कण्हत असल्याचा आवाज ऐकू येतो. "आई ग.")

डॉ. लोधी- डॉक्टर बघा. ऐका हां आवाज. कुणीतरी कण्हत आहे. तुम्ही ऐकला हा आवाज?

अनस्थेटीस्ट - छे. इथे कुणी नाही.

(पुन्हा कण्हल्याचा आवाज येतो)

डॉ.लोधी- माझा हात का असा थरथरतोय? छे असे होता कामा नये. ए वेंधळे, नीट धर. नीट धर, मला धड दिसत नाहीय. हं, असे असे धर. डॉक्टर तो दिवा इकडे फिरवा. हां इथे प्रकाश हवा. हं, हां चिमटा मागे ओढ. अर्र.. हे रक्त कुठून येतं? सक्शन.. सक्शन ..हॉट मॉप..हॉट..मॉप... (पुन्हा विव्हळलयाचा आवाज. घोगाऱ्या आवाजात.."पाणी.. व्हेअर आर यु. ओह.. गाड")

डॉ.लोधी- कुणी तरी डॉ. मर्चंटला फोन करा. नर्स सक्शन सुरु कर. इथे काही दिसत नाही. (ट्रोलीची चाके फिरल्याचा आवाज येतो. पाठोपाठ मशीनचा घर्र आवाज संथ लयीत सुरु होतो. या पार्श्वभूमीवर पुढील संभाषण ऐकू येते)

अनस्थेटीस्ट - सर ब्लड प्रेशर खाली येत आहे. रक्तस्त्राव थांबला का? ब्लीडर सापडला का?

डॉ.लोधी- इथे काही दिसतच नाही. नुसता रक्ताचा लोंढा वाहतोय.

अनस्थेटीस्ट - गरम स्पंजाने दाब द्या. ही इज सिंकिंग. नर्स रक्ताची बाटली घेऊन ये. चटकन. पळत जा. लगेच.

(अलका धावत बाहेर येते व दुसऱ्या दाराने बाहेर जाते.)

डॉ.लोधी- नर्स नीट धर. हं. ठीक. सापडली. ओके. आता बघ. नो..नो.. अजून रक्त येतेय. डॉक्टर तुम्ही इकडे येता का?

अनस्थेटीस्ट - याचा श्वास थांबतो आहे.. मला इथून हलता येत नाही. मी ऑक्सिजन पंप करतोय. तरी आलोच. नर्स तू आधी मर्चंटला पुन्हा फोन कर. अर्जंट ये म्हण. आणि हा बल्ब दाबायचा असा.

(एक नर्स बाहेर येते व फोन करू लागते. अलका दुसऱ्या दाराने रक्ताची बाटली घेऊन येते व आत जाते

नर्स फोनची डायल फिरवते. "हलो, डॉक्टर अर्जंट. काय डॉक्टर नाहीत. कुठे सापडतील? अर्जंट हवे आहेत. इथे ऑपरेशन थिएटरमध्ये." फोन बंद करते. दुसरा नंबर फिरवते. "एंगेज्ड '. पुन्हा फिरवत असतानाच ..

अनस्थेटीस्त - डॉक्टर बुचरी बंद करा . खेळ संपला. ही इज नो मोअर् विथ अस. आता पुढचे बघा.

(क्षणभर सर्व आवाज एकदम थांबतात. मुख्यतः सक्शनचा दिवा क्षणभर कमी होऊन अंधुक होतो. लोधीचा आवाज ऐकू येतो. "ओ माय गोड . हे काय भलतेच होऊन बसले. आणि हा साला आमदार आहे. व्हि. आय. पी." पाठोपाठ लोधी बाहेर येतो. त्याच्या चेहऱ्यावर हताश, अगतिक भाव दिसतात. त्याच्या उजवा हात जणू वारे गेल्यासारखं लोम्बतोय. शरीराला ओढत आणीत आल्यासारखा तो हळू हळू चालतो. तो हात मांडीवर ठेवतो व उद्‌गारतो " या हाताने आयत्या वेळी दगा दिला. गेल्यावेळी थोडातरी तो चालत होता पण आज...आज ...झाले काय या हाताला . एकदम काही ऐकेनासाच झाला. .. हाताला चिमटा घेतो. " स्स..आहे आता तर ठीक आहे. पण मघाशी ... " आ : विव्हळल्याचा आवाज " लब डब..." पावलांचे आवाज .)

डॉ.लोधी- कोण कोण विव्हळले ते?

(त्याचवेळी बाहेरच्या दारातून ज्योत्स्ना प्रवेश करते. दारातून ती प्रथम भीत भीत डोकावते. लोधी दिसल्यानंतर हसत भर भर पुढे येते.)

ज्योत्स्ना- केंव्हाची शोधत होते तुम्हाला. मघाशी इथे बघून गेले मी. तेंव्हा दिसला नाहीत. कुठे लपला होतात?

डॉ.लोधी- (अस्वस्थपणे नकारार्थी चेहेरा हालवितो) कर्म माझे. छान वेळ निवडलीस.

ज्योत्स्ना- पण एक सांगा ना गडे.

डॉ.लोधी- एकदम भडकून) तुला काही काळ वेळ आहे की नाही?

ज्योत्स्ना- (भाबडेपणाने) पण वेळेचा विचार करायला आता वेळ कुठे आहे?

डॉ.लोधी- (पुन्हा हताशपणे मान हलवून उसासा सोडतो.) हं! इथे माझी मान अडकलीय.

ज्योत्स्ना- मान माझी अडकलीय. पुरुषांची नाही मान अडकत. तो केंव्हाच नामानिराळा होत असतो. तेंव्हा लंबीचौडी आश्वासने दिलीत. स्वप्ने उभी केलीत. खरच सांगा ना?

डॉ.लोधी- काय सांगू?

ज्योत्स्ना- कधी आपण लग्न करायचे? लवकरात लवकर करायला हव. आता नाही लांबणीवर टाकता येणार.

डॉ.लोधी- वेडी. खुळी कुठली. एवढ्या गडबडीने लग्न कस करणार ? एवढी मोठी जबाबदारी माझ्यावर आहे. पुढच्या महिन्यात कॉन्फरन्स आहे. मग जोगळेकर अमेरिकेला जातो आहे.

ज्योत्स्ना- रजिस्टारच्या कचेरीत जायला अर्धा तास पुरे .

लोधी- पण असे चोरून लग्न नाही करायच मला. आईच्या मनात चांगले थाटामाटात लग्न करायचे आहे. चोरटेपणाने लग्न केले तर उगीचच अफवा उठायला जागा. माझ्याबद्दल अफवा उठून नाही चालायचे.

जोत्स्ना- पण कधी?

लोधी- हे चार पाच महिने तरी शक्य नाही.

जोत्स्ना - मग मी काय करू? मला इथे रहाणे अशक्य होईल. घरात तोंड दाखवायला जागा नाही. त्या दिवशी मी सांगितले तुम्हाला.

लोधी - (तिच्याकडे प्रश्नार्थक मुद्रेने पहातो.)

जोत्स्ना - (संतापते) आई होणार आहे मी. तीन महिने होऊन गेलेत. थांबायला सवड आहे कुठे.

लोधी - (गप्पच)

ज्योत्स्ना - सांगाना मी   काय करू?

लोधी - प्रश्न सोपा आहे. तुझा माझ्यावर विश्वास आहे ना? मी तुला अंतर देणार नाही.

जोत्स्ना - खरच सांगता ना हे.? पण..

लोधी - मी आत्ता फोन करतो डॉ. केतकराना . ते तुला मोकळी करतील. मग तर काही हरकत नाही ना?

जोत्स्ना - म्हणजे (दचकते) मी ..मी.. अबॉर्शन करुन घ्यायचे? (तारवटलेल्या नजरेने लोधीकडे पहाते.) अहो आपला बाळ ... आपल्या प्रेमाचे पहिल वहिल फूल खुडून टाकायचे? त्याची अशी विल्हेवाट लावायची? राक्षस आहात.

लोधी - बाई, आपल्याला पंचविशीतल्या अल्लड तरुणासारखे वागून चालणार आहे का? आपल्यावर जबाबदारी असते. मला हॉस्पिटल चालवायचे आहे. आणि ते अगदी सेफ आहे. पंधरा मिनिटांचे काम. रोज हजारोनी होतात . तूच बघतेस. त्यात आहे काय एवढे ?

जोत्स्ना - आणि मग तुम्ही मलाही तशीच वाऱ्यावर सोडून देणार? होय ना. यासाठीच का मी जिवंत राहिले? त्यापेक्षा ... मेले असते तर फार चांगले झाले असते. . कशाला वाचवली त्यांनी मला.?

लोधी - हे बघ, उगीच भरकटू नकोस. पुन्हा काही वेडवाकड करायचे नाही. तुला मी एकदा आपली म्हटलय ना! असतात काही अडचणी. त्यातून मार्ग नको का काढायला.

जोत्स्त्ना- पण हे तरी खर ना? का तेही वरवरच. तुमच्या या मुखवट्याआड काय दडलय ते कळत नाही.

डॉ. लोधी- तेव्हा मी केतकरांना फोन करतो. आजच त्यांना भेटून ये. हे ठरले. काय?

(कोपऱ्यात जाऊन फोन करू लागतो. जोत्स्ना पाठमोरी बघते आणि स्टेजवर अंधार होतो.)

(स्टेजवर पुन्हा प्रकाश उजळतो. तेव्हा चार पाच दिवसांचा कालावधी गेलेला असतो. ऑपरेशन रुमबाहेरचा हॉल , जोगळेकर व अलका स्टेजवर दिसतात. अलका संतापलेली आहे.)

अलका - पण तुला जरूर काय पडली होती? कशाला...

जोगळेकर - माझ्या सद्सद्विवेक बुद्धीने सांगितले म्हणून ...

अलका - अरे, पण थोडा पुढचा विचार करायला नको का? चूक डॉ लोधींची. त्यांना ऑपरेशन करता आले नाही म्हणून साबळे गुरुजी दगावले. ती चूक स्वतःची म्हणून का कबूल केलेस? अगदी लिहून दिलस,

तार आल्यामुळे मी घाईघाईने ऑपरेशन अर्धाच सोडून निघून गेलो म्हणून रोगी दगावला. सगळी जबाबदारी तुझ्या शीरावर घेतलीस.

जोगळेकर- पण ते खरच नव्हते का? मी जायला नको होते. मला हे माहीत होते.

अलका- डॉ. लोधी तिथे होते. ते ऑपरेशन करीत होते. त्यांनी तुला परवानगी दिली. ते जा म्हणाले म्हणून तू गेलास. मी तिथे होते. मी सगळे पाहिले आहे. सगळे ऐकले आहे. लोधी चक्क म्हणाले होते,"आय कॅन हंडल". ते चीफ सर्जन होते. जबाबदारी त्यांच्यावर होती, तुझ्यावर नव्हती. तू त्यांचा असिस्टट होतास, अजून आहेस.

जोगळेकर- चुकले माझेच. मी विसरलो होतो. मागे बऱ्याच दिवसापूर्वी सराना एकदा ऑपरेशन करताना हात आखडल्यासारखे झाले होते. कंप आला. तेंव्हापासूनच मला वाटते ते माझ्यावर ऑपरेशनची जास्त जबाबदारी टाकू लागले. कदाचित आताही तसेच काही झाले असले तर? त्या दिवशी हे माझ्या ध्यानात आले नाही.

अलका- त्यांचे दोन्ही हात तर चांगले धडधाकट दिसतात. त्याना काय धाड लागली आहे? ते आजारी बिलकुल दिसत नाहीत. मी सांगते. तू काहीतरी सावरासावर करू पहातोस.

जोगळेकर- म्हणून ते वाचायला हवेत. त्याच्यासारखा कुशल सर्जन वाचायला हवा. त्यांच्यावर काही बालंट येता कामा नये. त्यासाठी माझा बळी जाऊ दे.

अलका- पण पुढे तुझे काय होइल याचा विचार केला आहेस का?

जोगळेकर- साहेब मला पाठीशी घालतील. ते काही एक होऊ देणार नाहीत. प्रकरण दडपतील. मी सहीसलामत सुटेन.

अलका- पाठीशी घालतील? कसे? तो वाचमन हकनाक बळी गेला. त्याच्या पाठीशी नाही उभे राहिले? तुझ्यामागे कशासाठी उभे रहातील?

जोगळेकर- कारण मी त्याना वाचविले म्हणून.

अलका- भ्रमात आहेस. वेडा आहेस. हां माणूस रक्ताला चटावलेला आहे. म्हणतो कसा, " मी त्या दिवशी धनबादमध्ये नव्हतोच. जोगळेकरने माझ्या परवानगीशिवाय ऑपरेशन केले. साबळ्याच्या मृत्युला जोगळेकरच कारण आहे."

जोगळेकर- लोधी सरांनी मला इतके दिवस वाढविले, शिकवले. पुढे येण्याची संधि दिली... त्याबद्दल

अलका- त्याच हातांनी त्यांनी आज तुझा गळा दाबला. स्वतःच्या बचावासाठी. एखादी कुमारी माता स्वतःची अब्रू वाचविण्यासाठी आपल्याच तान्हया बाळाच्या गळ्याला नख लावते, तसे केले. तुला मातीला मिळविले.

जोगळेकर- तू पराचा कावळा करते आहेस अलका. तसे काही एक होणार नाही.

अलका- आणि झाले म्हणजे? उद्या वर्तमानपत्रात मोठ मोठ्या बातम्या येतील. "रुग्णाचा ऑपरेशन करताना मृत्यू", " डॉ. जोगळेकरांचा हलगर्जीपणा". तुझी जाहीर छि थू होइल. साबळे यांचा मुलगा कोर्टात जाणार आहे. त्याला मोठी नुकसान भरपाई द्यावी लागेल. मग मेडिकल कौन्सिल तुझे रजिस्ट्रेशन रद्द करील. अरुण मग तू काय करशील? कोण तुला वाचवायला येईल? तुझे सारे आयुष्य उजाड, वैराण होइल. वैराण वाळवंट बनेल. तू तडफडत रहाशील.

जोगाळकर- डॉ. लोधींसाठी मी माझ्या प्राणांची कुरवंडी करीन. हे तर काहीच नाही. शिवाय हे सगळे मी कळून सावरून केलं. मला हे माहीत नव्हते असे का तुला वाटतंय अलका? पेपरात मोठे मोठे मथळे येतील, येऊ देत. कोर्टात नुकसान भरपाई द्यावी लागेल. मी देईन. रजिस्ट्रेशन रद्द होइल. होऊ देत. मला त्याची परवा नाही.

अलका- पण हां वेडेपणा कशासाठी? अरुण, तुझा नाही तर निदान माझा थोडा तरी विचार कर.

जोगळेकर- "वेडेपणा", नाही, मी त्याला त्याग म्हणेन. हा सर्वस्वाचा त्याग आहे. यज्ञात दिलेली ही आहुती आहे.

अलका- पण प्रश्न उरतोच. कशासाठी हा सर्स्वाचा होम?

जोगळेकर- माझ्या गुरूसाठी. अलका, तुला एकलव्य आठवतो का? महाभारतातला. रानावनात त्याने एकट्याने अभ्यास केला. द्रोणाचार्याची प्रतिमा समोर ठेऊन, त्याना गुरु मानून तो शरसंधान करीत

राहिला. या एवढ्या निष्ठेवर त्याने धनुर्विद्येत असामान्य प्राविण्य मिळवले.. तो अर्जुनाहून वरचढ झाला. द्रोणाचार्यांनी त्याला विचारले, “बाळ कुठे शिकलास हे?” एकलव्याने उत्तर दिले, ”मी तुमच्याच पायाशी शिकलो.” अर्जुनाला मान खाली घालायला लावणारा दुसरा धनुर्धर त्याना नको होता. त्यांनी एकलव्याला गुरुदक्षिणा मागितली, एकलव्याच्या उजव्या हाताच्या अंगठ्याची. त्याने कसलाही विचार करता झटकन आपला अंगठा तोडून गुरुच्या पायावर ठेवला. आणि इथे मी..मी पेपरातल्या मथळ्याचा, नुकसान भरपाईचा, रजिस्ट्रेशनचा विचार करीत बसू? गुरूसाठी, ज्यांनी मला विद्या दिली, त्यांच्यासाठी मी करीन ते थोडेच आहे. जे केले ते मी पुन्हा करीन, हजार वेळा करीन. तसाच करीन.

अलका- अरुण, शर्थ आहे तुझ्यापुढे. ही वेळ स्वप्नात वावरण्याची नाही. बाबा, डोळे उघड. जागा हो. कुठे द्रोणाचार्य आणि कुठे हा लफंगा डॉ लोधी? हे कलियुग आहे. सन १९७१.

जोगळेकर- कलियुग म्हटले म्हणजे माणसाला वाटेल तसे वागण्याचा परवाना मिळतो वाटते?

अलका- असे कुठे म्हटले मी? पण एका गोष्टीचे मात्र नवल वाटते. एवढे या लोधीनी केले तरी काय? कसली मोहिनी तुझ्यावर टाकली आहे, की हे सगळे त्यांच्यासाठी करतो आहेस?

जोगळेकर- मोहिनी टाकली?

अलका- नाहीतर जादूटोणा केला?

जोगळेकर - मोहिनी काय, जादूटोणा काय . काहीतरी बडबडतेस झाल.

अलका - हा लोधी इतका हलकट माणूस आहे, त्याची माझ्यावर वाकडी नजर आहे. मला त्याची चांगलीच जाणीव आहे. आजवर कितीतरी मुलीना त्याने फशी पाडले असेल. तुला तो इतकी वर्षे पिळून काढतोय. राबवून घेतोय. पण अजून त्याची तहान भागलेली नाही. आणि तू त्याला द्रोणाचार्य काय म्हणतोस, देव म्हणून डोक्यावर काय घेतोस. काही समजतच नाही. तो रक्त पिपासू आहे. ड्रेक्युला आहे.

जोगळेकर - तू काहीही म्हण. पण मला काही ते पटायचं नाही. हलकट , रक्तपिपासू, ड्रेक्युला, काय वाटेल ते म्हणते आहेस. जिभेला येईल तो शब्द उच्चारते आहेस. पण नाही ग, (केविलवाण्या, काकुळतीला आलेल्या स्वरात) ते खरच तसे नाहीत. तुला, फार काय तुम्हाला कुणालाच त्यांचे खरे स्वरूप कधी दिसलच नाही.

अलका- मग तू सांग, तू दाखवून दे ना मला त्यांचे असली रूप . सांग, सांग, तरच मला कळणार आहे.

जोगळेकर - अलका , तू इथे दहा बारा वर्ष तरी आहेस. होय ना ? इथे, या हॉस्पिटलमध्ये.

अलका - इथे? होय.

जोगळेकर - अलका, पण तुला आठवत असेल, आठ वर्षापूर्वी इथ टान्सीलचे ऑपरेशन करत असताना एक डेथ झाली होती, एक लहान मुलगा होता. ऑपरेशन करतानाच तो मेला. ऐकले होतेस तू हे तेव्हा?

अलका - असेल. कितीतरी वर्ष झाली त्याला पण. त्याचा इथे काय संबंध?

जोगळेकर - ते ऑपरेशन मी केल होते माझ्या आयुष्यातले मी स्वतः केलेले ते पहिले ऑपरेशन होते. तेव्हा मी नुकताच एम. बी .बी. एस. झालो होतो. परीक्षा पास झाल्यानंतर मी केलेले ते पहिले ऑपरेशन होते.

अलका - तुझे पहिले ऑपरेशन ?

जोगळेकर - हो आणि पहिले अपयश. ते पचवायला फार अवघड गेले मला. वाटले होते पुन्हा कधी ऑपरेशन करूच नये.

अलका - पण झाले तरी काय?

जोगळेकर - काही समजलच नाही. भूल जास्त झाली किंवा काय झाले, कुठे चुकले तेही समजले नाही. मी टांसिलस काढल्या. रक्तस्त्राव थांबला. मी त्याच्या तोंडातला चिमटा काढला, पाठ वळविली. तेवढयात माझा सहकारी ओरडला," बघ. तो आचके देतोय. धाव." मी वळून बघे पर्यंत त्याचा कारभार आटोपला होता. शरीर एक वेळ थडथडले आणि शांत झाले. काही करताच आले नाही.

अलका- इतक्या तडकाफडकी तो गेला!

जोगळेकर- हो आणि त्याला कारण मी होतो.

अलका- का उगीच तुझ्यावर दोष घेतोस? कदाचित त्याचे ह्रदय अधू असेल. त्याला इतर काही आजार असेल, तोपर्यंत न समजलेला.

जोगळेकर- पण तो मला समजायला हवा होता. मी ऑपरेशन केले नसते तर तो मुलगा मेला नसता नाही का?

अलका- तो त्याच्या नशिबामुळे मेला. मग पुढे काय झाले?

जोगळेकर - ते प्रकरण माझ्या चांगलेच अंगावर आले. तो एका डॉक्टरचा मुलगा होता. त्याने माझ्याविरुद्ध हलगर्जीपणाची तक्रार केली. माझा हलगर्जीपणा, माझी चूक मृत्युला कारण झाली. असा त्याने आरोप केला.

अलका- काय, सांगतोस काय?

जोगळेकर- तो वजनदार डॉक्टर होता. बडी असामी. वरपर्यंत ओळखी होत्या. त्याने कोर्टात अर्ज दाखल केला. मी आयुष्यातून उठणार होतो. आत्महत्येखेरीज माझ्यापुढे पर्याय नव्हता. मी घरी झोपेच्या गोळ्या, मोर्फिन, आणून ठेवले होते.

अलका- अरुण..

जोगळेकर- त्यावेळी डॉक्टर लोधी पुढे आले.म्हणाले, "तू काळजी करू नकोस. घाबरू नकोस. मी बघतो. बिलकुल घाबरायचे नाही." त्यांनी मला पाठीशी घातले. मला त्यातून सोडविले. पुढे... पुढे मी या पदाला येऊन पोहोचलो. वेळोवेळी त्यांनी मला हाताशी धरले. इतराना डावलून मला संधि दिली. मला असिस्टंट सर्जनची पोस्ट दिली. पुढे आणले. मी सर्जन बनण्यात महत्वाचा वाटा त्यांचा आहे. आता सांग, माझे कर्तव्य काय आहे? तूच सांग.

अलका- एकदा वाचविले. कबूल. पण म्हणून काय झाले? त्याची किंमत त्यांनी वसूल केलीच आहे. त्यांची एकूण एक ऑपरेशन तू करतोस. सगळे श्रेय त्यांच्या पदरात टाकत आलास. तेवढे पुरे नाही झाले का? त्यासाठी त्यांची चूक पदरात घ्यायचे काही एक कारण नाही.

जोगळेकर- अलका, कसे समजावून सांगू तुला?

अलका- कोणे एके काळी तुझ्या पाठीशी उभे राहिले.

जोगळेकर- म्हणून आज मी त्यांच्या पाठीशी नको का उभे रहायला? ते आताही मला यातून सोडवतील. पूर्वी प्रमाणेच.

अलका- भ्रमात आहेस तू. आणि आता तू एकटा नाहीस. तुझ्या नशीबाशी दैवाने माझ्या नशिबाची गाठ मारली आहे.

जोगळेकर- म्हणून परिस्थितीत काही एक फरक पडत नाही.

अलका- तुला माझा विचार करायलाच हवा. तुझ्याबरोबर माझाही बळी का?

जोगळेकर- तुझा बळी जाण्याचा प्रश्न येतोच कुठे? बरे वाईट झालेच तर माझे होइल.

अलका- पण आता मी माझी उरलेच कुठे? मी तुझीच नाही का? डोक्यावर अक्षता तेवढ्या पडायच्या राहिल्यात. तुझ्या सर्वस्वाची होळी होत असताना मी होरपळल्याशिवाय कशी राहीन?

जोगळेकर- तू मला सोडून जाऊ शकतेस. माझ्यापासून दूर हो. म्हणजे तुला झळ पोहोचणार नाही.

अलका- हे तू मला सांगतोस? यापेक्षा विष पी असे का म्हणत नाहीस?

(थोड्यावेळाने चिडून म्हणते) पण नाही. मी हे सहन करणार नाही. मी ओरडून उठेन. सगळ्या जगाला मोठ्या आवाजात सांगीन. "गुन्हेगार डॉ. लोधी आहेत. तू निर्दोष आहेस." मी आजच मुंबईला जाते. मी तिथे आरोग्यमन्त्र्याना भेटेन. मुख्य मंत्र्याना भेटेन. त्याना सांगीन.

जोगळेकर- अलका, खबरदार, तुला शपथ आहे माझी. असले काही करशील तर मी तुझ्याकडे पाठ फिरवीन.

अलका- (हुंदके देत रडू लागते.) असली कसली शपथ घातलीस रे. काय केलेस हे. (पुन्हा उफाळून येते) मी शपथ मोडीन. खुळचट शपथावर विश्वास ठेवायचा जमाना आता राहिला नाही. वाटेल ते झाले तरी मी तुझ्या नावावरचा डाग घालवीन. तुझे नाव उज्वल करीन. माझ्यासाठी. तुझ्यासाठी...हो तुझ्यासाठी.

जोगळेकर- मी तुला पुन्हा बजावतो. असले काही एक करायचे नाही. मी तुला हवा असेन तर नाही. नाहीतर मी पुन्हा तुझे तोंड पहाणार नाही.

(ताड ताड पावले टाकीत जोगळेकर निघून जातो. त्याचे मागोमाग हताश होऊन अलका फरफटत ओढत नेल्यासारखी जाते. जाताना ती रडत असते. रंगमंचावर काही क्षण शांतता. मग डॉ. लोधी प्रवेश करतो. त्याचा चेहेरा पडलेला व खिन्न आहे. तो अस्वस्थपणे या टोकापासून त्या टोकापर्यंत फेऱ्या मारतो. तो

स्वतःशीच बडबडत आहे. हातवारे करीत आहे असे वाटते. हळू हळू लब डब..लब डब असा त्याच्या हृदयातील धडधडीचा, ठोक्यांचा आवाज ऐकू येतो. हा आवाज मोठ मोठा होत जातो. तिसऱ्या किवा चौथ्या फेरीच्या अखेरीस तो रंगमंचाच्या उजव्या बाजूला जाऊन उभा रहातो. लब डब..लब डब आवाज एकदम थांबतात. रंगमंचावर अंधार होतो. पाठोपाठ दोन स्पॉट लाईट , एक लोधीच्या चेहरयावर पडतो. दुसरा रंगमंचाच्या पुढच्या भागात डावीकडे आहे. या दुसऱ्या प्रकाश गोलात दुसरी व्यक्ती अवतीर्ण होते... कंपाउंडर लोंढे.. त्याच्या जुन्या पोशाखात. तो पाठमोराच आहे.)

लोंढे- पुरे झाला नाही का हा खेळ? थांबव आता. का उगीच दुसऱ्याच्या आयुष्याशी खेळतोस?

डॉ. लोधी- कोण मी? मी दुसऱ्याच्या आयुष्याशी खेळतो?

लोंढे- हो. तू. आठव. तू स्वतः कोण आहेस ते.

डॉ. लोधी- मी..मी डॉ. लोधी, एफ. आर.सी.एस., डीन आर सी मेडिकल कॉलेजचा. १९४५ मध्ये मी एफ. आर.सी.एस. झालो.

लोंढे- बस. बस. बस कर. हे पुराण मला चांगले ठाऊक आहे. पण या बुरख्याखाली दडलेला तू कोण आहेस?

डॉ.लोधी- बुरखा? कसला बुरखा? मी डॉ.लोधी आहे.

लोंढे- (छद्मी हसतो.) तू गंगाधर लोंढे आहेस. स्वतःची ओळख विसरलेला, पंचवीस वर्षापूर्वी रत्नागिरीतून अदृश्य झालेला कंपाउंडर लोंढे तू आहेस. नाना फाटकने बरोबर ओळखले तुला.

डॉ.लोधी- कंपाउंडर लोंढे कॉलरा होऊन मेला बेचाळीस साली.

लोंढे- कॉलरा होऊन मेला तो डॉ. लोधीयन. मरताना तू त्याला पाणी सुद्धा पाजले नाहीस. त्याला तसाच सोडून पळालास.

डॉ.लोधी- लोधीयन?

(या उद्गाराबरोबर दोघांमध्ये तिसरा स्पॉट लाईट पडतो. तिथे प्रकाशात विव्हळणारा लोधीयन दिसते. हा इंग्लिश माणूस आहे. खाकी शर्ट, खाकी विजार. शर्टवरून दोन बंद तिरपे बांधलेले आहेत. दाढी वाढलेली

आहे. तो जमिनीवर वेदनेने तळमळत आहे. " आ..आ " त्याचा आवाज ऐकू येतो. मधला स्पॉट सोडून लोधी व लोंढे यांच्यावरचे स्पॉट मावळतात. अंधारातून त्यांचे आवाज मात्र ऐकू येतात.)

लोंढे- आठवला का? सर्जन लोधीयन. स्कॉटलंडमध्ये जन्मलेला. ज्याने तुला लहान मोठी ऑपरेशन करायला शिकविले. आर्मीतून त्याची ट्रान्स्फर रत्नागिरीला झाली. सिव्हील सर्जन म्हणून.

डॉ.लोधी- छे! मला नाही आठवत.

लोधीयन- गंगा... आय अम डायिंग. मला कोरामीन दे.

(लोंढे पुढे येऊन त्याच्या दंडात इंजेक्शन टोचतो.) हां आता पाणी ..वॉटर दे. ओ माय गोड. हॉरिबल. व्हॉट द हेल..थिस पेन....

(लोंढे ग्लास मधून त्याला पाणी पाजतो. लोधीयनला एकदम उचकी लागते. मग त्राण जाऊन तो खाली निपचित पडतो.)

लोंढे- साहेब गेला वाटते. आटोपला त्याचा कारभार. बेटा गंगाधर.. आता पुढे.. पुढे काय? (हवेत हात उचलून 'सर्व संपले' असा अभिनय करतो.. एकदम त्याच्या डोक्यात काही विचार येतो. तो सभोवार पहातो. त्याची नजर भिंतीवरच्या सर्टिफिकेटवर जाते. तो पटकन सर्टिफिकेट उचलून घेतो. ड्रावर उघडतो. नोटा व आणखी काहीतरी खिशात घालतो. जाऊ लागतो. पुन्हा अस्पष्ट विव्हळणे ऐकू येते. "आ", मोठ्याने " गंगा.. आ" लोंढे वळून पहातो. हातवारे करतो वा अंधारात अदृश्य होतो. लोधीयन किंचित उठलेला पुन्हा कोसळतो. स्पॉट लाईट मावळतो. रंगमंचावर पूर्ण अंधार. अंधारातूनच ऐकू येते.)

डॉ.लोधी- छे! मला नाही आठवत.

लोंढे- कसे आठवेल? (पुन्हा दोघांच्या चेहरयावर स्पॉट लाईट. दोघे पूर्ववत पूर्वीच्या जागी उभे आहेत) तू त्याला मृत्युच्या दारात सोडून पळालास. तुझ्या मनात त्याला खोल, खोल गाडून टाकलेस. शेवटच्या क्षणी त्याचे मस्तक मांडीवर घेऊन त्याला पाणी पाजायचे सोडून त्याचे सर्टिफिकेट घेऊन आणि चोरी करुन तू पळालास.

डॉ.लोधी- तुला गोष्ट चांगली रचता येते बरे का. बरे, मग पुढे काय झाले?

(पुन्हा मध्यभागी स्पॉट पडतो, बाकीचे दोन्ही स्पॉट मालवतात. त्यात लोंढे येऊन जमिनीवर बसतो. त्याच्या हातात सर्टिफिकेट दिसते. दुसऱ्या हातात ब्रश. तो सर्टिफिकेटावर काही फेरफार करतो. मग सर्टिफिकेट दूर हातात लांब धरून पहातो. पहात असतानाच उठून उभा रहातो. एकदम "आ..आ.." असा विव्हलण्याचा आवाज ऐकू येतो. हृदयाचे ठोके , लबडब ... लबडब ऐकू येतात.मग "आय आम डायिंग. गंगा..पाणी ..प्लीज." ऐकू येते. लोंढेच्या उजव्या हाताला विंचवाचा दंश झाल्याप्रमाणे झटका बसतो. हात लुळा पडतो. हातातला कागद, सर्टिफिकेट खाली जमिनीवर पडते. स्पॉट लाईट मावळतो. पुन्हा कडेचे दोन स्पॉट लाईट उजळतात. लोंढे व लोधी पूर्वीच्या जागी दिसतात.)

लोंढे- तू 'ध' चा 'मा' केलास. खाडाखोड केलीस. लोधीयनचा लोधी झाला. ते सर्टिफिकेट आजतागायत तू तुझे म्हणून मिरवतो आहेस.

डॉ.लोधी- तुझ्या स्कॉटिश डॉक्टरला, त्याला बायको, मुले कुणी नव्हते वाटते?

लोंढे- म्हणून तर तुझे फावले. तो एकटाच होता. त्याची बायको पंधरा वर्षापूर्वीच इथे इंडीयातच मेली. आसामात. मलेरियाने. मुलबाळ कुणी नव्हतच. दुसरे कोणी नव्हते. तूच...

डॉ. लोधी - मीच त्याचा वारस होतो. त्याची विद्या त्याने मला दिली होतीच. तो सांगत असे. त्याप्रमाणे मी ऑपरेशन करीत असे. पण आता त्याच्या मागे कोण मला ऑपरेशन करू देणार होते? ते सगळे सोडून देणे भाग होते.

लोंढे - म्हणून ... तू ...

लोधी - होय. एवी तेवी तो मेला होता. त्या कागदांना रद्दीच्या कपटयापेक्षा जास्त किमंत उरली नव्हती. वाळवीने ते खाऊन टाकायचे, नाहीतर एखाद्या हॉटेलात भजी बांधायला वापरले जायचे, त्याऐवजी मी ते फ्रेम करून भिंतीवर टांगले. काय बिघडले यात. त्याची आठवण म्हणून मी ते जपून ठेवले.

लोंढे- त्यातून तुझी महत्वाकांक्षा वाढीला लागली. स्वताला डॉक्टर लोधी म्हणून घ्यायला तू सुरवात केलीस. जेलमध्ये राष्ट्रपिता महात्मा गांधींची ओळख झाली. त्याचा फायदा पुढे घेतलास. हैदराबादमध्ये ...

लोधी- पण बिघडले कुठे? मी कुणाच्या पाठीत सुरी तर खुपसली नाही ना? कुणा मित्रांचा विश्वासघात तर केला नाहीना? लोकांची सेवाच करतोय ना मी.? मी हॉस्पिटलच्या कारभारात शिस्त आणली.

लोंढे- कशाला शिस्तीच्या गप्पा मारतोस? एकीकडे जोगळेकरसारख्या तरुण डॉक्टरचे रक्त जळू सारखे पितोस. भोळ्या भाबड्या मुलींशी प्रेमाचे खेळ खेळतोस. स्वतः अनिर्बंध वागतोस आणि शिस्तीच्या गप्पा मारतोस. शिस्त हॉस्पिटलच्या मस्टरमध्ये आहे. तुझ्या कारकीर्दीत कुणी डॉक्टर कधी वेळेवर आलाय दवाखान्यात? उशिरा येण्याचा डॉक्टरमंडळींना नेहेमी परवानाच दिलेला असतो.

डॉ.लोधी- गोर गरिबांची मी स्वतः जातीने काळजी घेत असतो.

लोंढे- पण कंपाउंडरच्या हातात आठ बारा आणे ठेवल्याशिवाय मायबाप सरकारचे औषध काही गरीबांच्या घशाखाली उतरत नाही. गरिबांसाठी खरेदी केलेली औषधे बाजारात विकली जातात हे तुझ्या कधी कानावर आलंय?

डॉ.लोधी- काही स्वार्थी लोक काय वाटेल ते करतात. पुराव्यानिशी सापडले की त्यांना शिक्षा होतेच. मी कुणाची गय करीत नाही. मी इथला भ्रष्टाचार निपटून काढला.

लोंढे- काय बोलतोस ते समजत का तुला? मी सांगतो तुला. देशमाने तुझ्या नावाने काय करतात ते पहात जा ना जरा. डोळे उघडून. गेल्या आठवड्यात तू एकाला सर्टीफिकेट दिलेस. दोन्ही डोळ्यांनी दृष्टी उत्तम. पण तो डाव्या डोळ्याने ठार आंधळा आहे. मी सांगतो. पुन्हा तपास त्याला.

डॉ.लोधी- काय चालवले आहेस काय? का मला धारेवर धरले आहेस? बस. बंद कर ही निरर्थक बडबड.

लोंढे- तू..तू..ढोंगी आहेस. गंगाधर. अजून जागा हो. स्वतःला सावर. यातून बाहेर पड. अजून वेळ गेलेली नाही.

डॉ.लोधी- (संतापून जमिनीवर पाय आपटतो) तू कोण मला सांगणार ? मला माझे कर्तव्य कळतं. गप्प बस. नाहीतर चालू लाग. चालता हो.

लोंढे- पण मी, मी जाणार कुठे? जिथे तू तिथे मी. तुला सोडून मी जाणार कसा? (एकाएकी फोनची घंटा वाजू लागते. लोधी त्यामुळे दचकतो. भानावर येतो. दोन्ही स्पॉट लाईट नाहीसे होतात. लोंढे अदृश्य होतो. रंगमंचावर प्रकाश पुरवत होतो. डॉ. लोधी फोन उचलतो.)

डॉ. लोधी- (फोनमध्ये) हलो. डॉ.लोधी हिअर. काय, धनबाद टाईमस्मधून बोलताय? कोण? नमस्कार पर्वतेसाहेब. माझे अभिनंदन? कशासाठी? काय? मला धन्वंतरी अवार्ड मिळालंय? काय सांगता काय! अहो

माझा माझ्या कानावर विश्वासच बसत नाही. आताच बातमी टेलीप्रिंटरवर आली म्हणता? आणि थोड्या वेळाने रेडीयोवर येईल ? ऐकायला मिळेल मला? नाही. माझा विश्वास आहे तुमच्यावर. आभारी आहे. थांक्स. हो तुम्हीच बातमी प्रथम सांगितलीत मला.

(फोन खाली ठेवतो. थकून खुर्चीवर बसतो. चेहेर्यावर संमिश्र भाव, हास्य, समाधान, खेद यांचे मिश्रण. पुन्हा प्रकाश अंधुक होतो. हार्ट बीट ऐकू येतात. मग दोन स्पॉट पडतात व लोंढे रंगमंचावर अवतीर्ण होतो. लोंढे व लोधी स्पॉट मध्ये दिसतात.)

लोंढे- अभिनंदन. तुला मोठा सन्मान मिळाला. तुझ्या व्यवसायातला सर्वोत्कृष्ट बहुमान “धन्वंतरी अवार्ड”. २६ जानेवारीला राष्ट्रपती ते पदक तुझ्या गळ्यात घालतील. पण लक्षात ठेव. हा बहुमान तुझा नाही.

डॉ.लोधी- माझा नाही? मग कुणाचा?

लोंढे- तुला ठाऊक आहे कुणाचा. ते तुला स्वतःलाच विचार. माझ्या तोंडून कशाला वदवतोस? तुला धड चाकू तरी धरायला येत होता काय?

डॉ.लोधी- अनुभवाने बघून बघून मी शिकलोय. कितीतरी ऑपरेशन मी स्वतः एकट्याने केली आहेत. अजूनही मधून मधून करतोच आहे. नसलो डॉक्टर म्हणून काय झाले? इतरांची मदत घेऊन मी माझ्यातली कमतरता भरून काढतोच.

लोंढे- तेवढे तरी मान्य करतोस तू!

लोधी- या जगात पूर्ण माणूस आहे कोण? कुणीच नाही. प्रत्येकजण दुसऱ्यावर अवलंबून असतो. तशी मदत मी थोडीफार घेतली तर काय बिघडले? तेवढ्याने माझा या सन्मानावरचा हक्क जातो काय?

लोंढे- छान. छान मखलाशी करतोस. पण साबळे गुरुजींच्या मृत्युला तू कारण होतास. तू त्यांचा खून केलास. खुनी आहेस तू.

डॉ.लोधी- बडबड बंद कर. खबरदार एक शब्द उच्चाराशील तर. जा..जा.. चालता हो. (कानावर दोन्ही हात ठेऊन कान झाकतो.)

लोंढे- त्या खुनाचा आळ आज जोगळेकरवर ठेऊन मोकळा झालास. बेशरम. इतके दिवस त्याला राबवून घेतलेस आबी अखेर त्याला विनाशाच्या गर्तेत ढकलून मोकळा झालास. त्याचा सत्यानाश केलास. त्याचे आता डोके फिरलंय, ऐकलस हे.

डॉ. लोधी- मी त्याला वाचवायचा खूप प्रयत्न केला. पण माझा नाईलाज झाला. खरच त्याचे असे व्हावे याचे मला वाईट वाटले. मीच वाढवलेले रोप होते ते. मी त्याला अमेरिकेत पाठविणार होतो. मी त्याच्यासाठी अखेरपर्यंत झगडलो. पण अखेर हरलो.

लोंढे- हरलास की जिंकलास? ढोंगी. बदमाश, खुनी. जोगळेकरचा बळी घेण्यात तू यशस्वीच झालास.

डॉ. लोधी- नको. नको तसे म्हणूस. तसे माझ्या अजिबात मनात नव्हते. त्याचा बळी परिस्थितीने घेतला. मी नाही.

लोंढे- तू..तूच त्याचा बळी घेतलास. तूच.

(बाहेर पावलांचे आवाज येतात. प्रकाश आतापर्यंत अंधुक होता तो पूर्ववत होतो. दोन्ही स्पॉट लाईट्स मावळतात. लोंढे अदृश्य होतो.)

डॉ.लोधी- कुणीतरी बाहेर आले वाटते.

(बाहेरून डॉ. पुंडलीकांचा आवाज ऐकू येतो)

डॉ. पुंडलीक- साहेब इथे असायची शक्यता आहे. देशमाने, तुम्हाला काय वाटते?

डॉ.लोधी- जरा स्वस्थ बसू देणार नाहीत ही मंडळी. त्यांना सुगावा लागलेला दिसतो. कोण आहे बाहेर? (देशमाने आत डोकावतात, "मे आय कम इन सर?)

डॉ.लोधी- या. या. देशमाने डू कम इन.

(देशमाने आत येतात, पाठोपाठ डॉ. पुंडलीक येतात. त्यांच्या बरोबर शेठ हिरालाल आहेत.)

डॉ.लोधी- बसा, बसा.अरे तुम्ही सगळे आता यावेळी आलात? शेठजी तुम्ही तसदी घेतलीत? फोन करायचा. मीच आलो असतो तुमच्याकडे.

हिरालाल शेठजी- जय गोपाळ डॉक्टरसाहेब.

डॉ.लोधी- नमस्कार. जय गोपाळ शेटजी. बसा. बसा.

(नर्स थियेटरमधून बाहेर डोकावते.)

नर्स- डॉक्टर येता आहात ना? पेशंट तयार आहे. त्याचे ड्रेसिंग काढले आहे.

डॉ.लोधी- मंडळी, पाच मिनिटे बसा. मी आलोच. जरा जखम बघून येतो. शेठजी सवड आहे ना तुम्हाला? देशमाने जरा चहा सांगा सगळ्यासाठी. तोपर्यंत आलोच मी.

(डॉ. लोधी थिएटरमध्ये आत जातो. पाठोपाठ देशमाने "चहा सांगून येतो" असे म्हणून जातो. हिरालाल व डॉ. पुंडलीक सोफ्यावर बसतात. हिरालाल शेठजींनी बंद कॉलरचा कोट, प्यांट घातली आहे. डोक्यावर जरीची वेलबुट्टी असलेली टोपी आहे. शेटजी चतुर व बोलण्यात विनोदी आहेत.)

हिरालाल - अरे प्रोफेसर , तुम्हाला पत्रिका पहाता येते असे म्हणता नाही का तुम्ही ?

डॉ पुंडलीक - बघू. काढा पत्रिका. आपला त्याचा सुद्धा स्टडी आहे. हॉबी म्हणून. पण आपले भविष्य १०० टक्के खरे ठरते. आपला होरा सहसा चुकत नाही. अमेरिका चंद्रावर प्रथम पाउल ठेवणार हे भविष्य मी दहा वर्षापूर्वी लिहून ठेवले. होते. झाले ना ते खरे? बर पाहू तुमची पत्रिका.

हिरालाल शेठ - पत्रिका अजून बनवलीच नाही. तुम्हीच बनवायची आहे. बनवा तुम्हीच. आता तुम्हीच करा कशी करता ते. आज सकाळी आमच्या घरी एका बाळाचा जन्म झाला आहे. पुरुष लिंगी, नर. आज सकाळी.

डॉ. पुंडलीक - हां, छान मुहुर्त होता. काय वेळ होती?

हिरालाल शेठ - पहाटे चार वाजून छप्पन मिनिटानी.

(डॉ. पुंडलीक कागदावर भर भर आकडे मांडतात. चौकट व कुंडली मांडून त्यात आकडे मांडतात.)

डॉ. पुंडलीक _ जन्म लग्न.... केतू पाचव्या स्थानात, शनी दशम स्थानात (थोड्या वेळाने) व वा! वा! काय योग आहे. वा यालाच म्हणतात राजयोग. हा चक्रवर्ती राजा होणार.

हिरालाल शेठ - पण मग आता राज्य राहिलीत कुठे राजा व्हायला ? तो राजा होणार कसा ?

डॉ पुंडलीक -- आता शब्दशः राजा नाही तरी तुमच्या उद्योगधंद्यातला राजा होईल. कापड सम्राट, साखर सम्राट..., लोखंडाचा नाहीतर भन्गाराचा सम्राट, साबण नाहीतर अत्तराचा सम्राट होईल. मार्केट स्वतःच्या मुठीत ठेविल. ही लक्षणच सांगताहेत. तो राजा झालाच पाहिजे. कदाचित राजकारणात पडणार. मुख्यमंत्री... कॅबिनेट मंत्री, राज्यमंत्री.. काहीतरी होणारच होणार.

हिरालाल - (मिटक्या मारीत हसतात) बर पुढे?

डॉ पुंडलीक - दारात हत्ती झुलेल. अंबारीतून फिरेल, म्हणजे आजच्या भाषेत दारी इम्पोर्टेड गाड्यांचा ताफा राहील. इम्पोर्टेड गाडीतून ये जा करील. इम्पाला, टोयोटा, नाहीतर रोल्स राईस.

हिरालाल- वा! वा! छान.

डॉ.पुंडलीक- हाताखाली हजारो नोकर चाकर रहातील.

हिरालाल- प्रोफेसर, तुझ्या तोंडात साखर पडो. घोटभर स्कॉच व्हिस्की पडो.

(डॉ. पुंडलीक आ वासून तोंड पुढे करतात.)

हिरालाल- अरे इथे कुठली साखर! हे तर इस्पितळ आहे. घरी चल. तुझे तोंड गोड करतो. आजच एक बाटली व्हिस्की पाठवून देतो. पण आधी पुढे भविष्य सांग.

डॉ.पुंडलीक- आता काय सांगायचे राहिले? मोठ्या भव्य प्रासादात राहील. सुलक्षणी, रुपवती भार्या मिळेल.

हिरालाल- प्रोफेसरसाहेब, नक्की ना? म्हणजे आता सांगता हे भविष्य अगदी बरोबर आहे की त्यात काही दुरुस्ती हवी?

डॉ.पुंडलीक- शंका का वाटते शेटजी? आमच्या भविष्याबद्दल शंका येते? मी काय पाच रुपयात एक प्रश्नावाला कुडमुड्या ज्योतिषी वाटलो का तुम्हाला? नदीच्या घाटावर बसून जत्रेत भविष्य सांगणारा?. मी डॉक्टर आहे म्हटले. डबल डॉक्टर! माणसांचा आणि ज्योतिषाचा.

हिरालाल- तसे नव्हे डॉक्टर, पण एक सांगायलाच विसरलो मी. घरी बाळ झाले. पण ते आमच्या लक्ष्मी गाईला. पाडा झाला तिला. आता याला राजयोग लाभणार असे तुमचे म्हणणे.

डॉ.पुंडलीक- (एकदम चेहेरा पडतो)

हिरालाल- हाताखाली हजारो चाकर राबणार. भव्य प्रासादात रहाणार आणि सुलक्षणी भार्या लाभणार. ते मात्र खरे होइल. सुलक्षणी भार्या मिळेल. पण बाकींच्या गोष्टींचा लाभ व्हायचा म्हणजे.. जातक कथेतल्या पुढच्या जन्मात..

डॉ. पुंडलीक- (चिडून) शेटजी, तुमच्या सारख्याना अशी चेष्टा करणे शोभत नाही. (उठून उभा रहातो)

हिरालाल- (समजुतीच्या स्वरात) अरे रागावू नकात प्रोफेसरसाहेब. बसा. बसा. तुम्ही फार मनावर घेतलत. आपल्याला वाटले तुम्ही डबल डॉक्टर आहात. तसा आपण बी डबल बेपार करावा. किराणा भूसार मालाचा आणि जोकचा. तवा एक तुमच्या पदरी बांधला. जोक हो.

डॉ. पुंडलीक- पुन्हा चेष्टा... हा मी चाललो.

(जायला निघतो. शेटजी " अरे..अरे" म्हणत डॉ. पुंडलीकाना हात धरून थांबवायचा प्रयत्न करतात. तेवढयात डॉ. लोधी थिएटर मधून बाहेर येतात.)

डॉ. लोधी- झालेच. आलोच. डॉ. पुंडलीक, तुम्हाला उशीर होतोय वाटते? आय अम सॉरी. तुम्हा मंडळीना वाट पहात बसावे लागले.

डॉ.पुंडलीक- तसे नव्हे सर.

(देशमाने आत येतो, त्याच्या पाठोपाठ चहाच्या कपबशा घेऊन पोऱ्या येतो.)

डॉ. लोधी- तसेच. शेटजी करा सुरवात. तुम्ही.

देशमाने- साहेब, हिरालाल शेटजीनी आपला सत्कार करायचा ठरविले आहे.

डॉ.पुंडलीक- (पुढे होत) साहेब, अभिनंदन. धन्वंतरी अवार्डची बातमी आम्हालाही समजली. तुम्हाला ते मिळायलाच हवे होते. त्यामुळे त्या अवार्डचीच शान वाढली.

देशमाने- पण पुंडलीकसाहेब, जरा शेटजीना बोलू द्या. तेवढ्यासाठी ते मुद्दाम आले आहेत.

डॉ.पुंडलीक- हो. हो. शेटजी. सांगा.. सांगा, बोला.

हिरालाल- साहेब, पुढच्या महिन्यात तुमचा वाढदिवस येतो. तवा ते वक्ताला आम्ही तुमचा जाहीर सत्कार करायचे ठरवले आहे. तुमाला आमी शाल, चांदीचे ताट, हार आणि नारळ गव्हर्नर साहेबांचे हातून देणार.

डॉ. लोधी- कशाला, कशाला. काय केले मी एवढे? शेटजी हा सत्कार मला नको. प्लीज कृपा करुन. खरच नको.

(लोधी वर छताकडे पहातो. क्षणमात्र प्रकाश कमीजास्त होतो. एकदम नेहेमीच्या जागी स्पॉट वा त्यात लोंढे दिसतो.)

लोंढे- नवल आहे. एकदा तरी तुला खरोखरचा शहाणपणा सुचला. हा मान तुझा नाही. सांग त्याना. म्हण.

(स्पॉट अदृश्य. लोंढे विंगमध्ये जातो.)

हिरालाल- साहेब, नाही म्हणायचे नाही. तुम्ही हो म्हणायलाच हवे. त्याशिवाय मी इथून हलणार नाही. तुमचा होकार घ्यायचा असे ठरवूनच मी आलोय.

डॉ.लोधी- पण शेटजी एवढे कशासाठी?

हिरालाल- साहेब, माझी मुलगी अत्यवस्थ होती. तिचे हृदय जन्मतःच अधू होते. तिची आशा सोडा म्हणून एकजात सगळ्या डॉक्टरांनी सांगितले होते. पण तुम्ही तिच्यावर ऑपरेशन करुन तिला वाचविलेत. तिला तुम्ही नवजीवन दिलेत. ती आता खडखडीत बरी झालीय. चार चौघीसारखी ती मोठी झाली. शिकली. पुढच्या वर्षी तिचे लग्न आहे. तुम्ही नसता तर..

डॉ.लोधी- नको. त्याचा उच्चार देखील करू नाकात.

हिरालाल- अशा कितीतरी चिमण्या जीवाना तुम्ही वाचविलेत. जीवदान दिलेत.

डॉ.लोधी- पुन्हा तेच. त्याचा उच्चार नको म्हटले ना. अहो तेच तर माझे काम आहे.

हिरालाल- (पुंडलीककडे वळून) पाहिलेत केवढे सौजन्य! केवढा विनय! एका हाताने करायचे. दुसऱ्या हाताने देऊन टाकायचे. साहेब फूल नाही पण निदान आमच्या फुलाच्या पाकळीचा स्वीकार व्हायलाच पाहिजे. गव्हर्नरसाहेबांनी येतो म्हणून कबूल केले आहे. मोठ्या थाटामाटाने आम्ही तुमचा सत्कार करणारच.

डॉ.लोधी- शेटजी, केवढे प्रेम करीत आहात माझ्यावर. एका साध्या माणसावर. तुम्हाला नाही म्हणणार तरी कसे?

(प्रकाश क्षणमात्र कमी अधिक होतो. पुन्हा स्पॉट लाईट. त्यात लोंढे येतो.)

लोंढे- नाही म्हण. या मोहात फसू नकोस. हा सत्कार तुझा नाही. तुला हे चांगले ठाऊक आहे. तुला लाज वाटायला हवी. शेटजीन्च्या मुलीचे ते ऑपरेशन तू नव्हते केलेस. ते जोगाळेकरनेच केले होते. आठवतय ना तुला?

(लोधीच्या चेहरयावर वेदना तरळून जाते. तो चेहेरा दोन्ही हातांनी झाकुन घेतो. स्पॉट मावळतो. लोंढे आत जातो.)

डॉ. लोधी- शेटजी, मला क्षमा करा. मला माफ करा. या सत्काराची माझी लायकी नाही. हवे तर तुम्ही हॉस्पिटलला एखादी देणगी द्या. मला माझ्या मार्गाने जाऊ द्या. मला लोकांची सेवा करू द्यात. तोच माझा खरा धर्म आहे.

हिरालाल- साहेब, तुम्ही देवमाणूस आहात. नाही. तुम्ही साक्षात देवच आहात. अशी माणसे लाखात एखादीच आढळतात. तुम्ही चुकून माणसाच्या जन्माला आला आहात. तुमच्या पायावर मला डोके ठेवायालाच हवे. (पुढे येतो व लोधीच्या पुढे खाली वाकतो) एकदाच, फक्त एकदाच, मला तुमच्या पायावर डोके देऊ द्या.

(हिरालाल हात जोडून वाकतो. लोधीची पावले पकडतो. डॉ.लोधीला हे असहय होते. " नाही. नाही" म्हणून तो ओरडतो. आपले पाय मागे घेतो वा धावत धावत बाहेर जातो.)

(पडदा पडतो)

अंक २ समाप्त.

अंक तीन

प्रवेश १

(स्थळ- थिएटर बाहेरील हाल. अंक दोन नंतर आठ दिवसांचा काळ लोटला आहे. थिएटरच्या दारातून अलका रिकामी व्हीलचेअर ढकलत घेऊन येते. नुकताच एक पेशंट ती आत सोडून आलेली आहे. समोरून पल्लवी येते. दोघी नर्सच्या युनिफॉर्ममध्ये आहेत.)

अलाका - पल्लवी, थांब ना जरा. एवढी कसली घाईत आहेस?

पल्लवी- घाई नको का करायला? घरचाच म्हणजे आपलाच पेशंट असतो तेंव्हा घाई करायलाच हवी. स्टोअर मधून औषध घेऊन चाललेय मी. मिळाले अखेर. एरवी स्टोअरमध्ये हे मिळताच नाही.

अलका- कसले औषध आहे?

पल्लवी- एमिकार.

अलका- मिळाले बरे स्टोअरमधून. एवढ्या लवकर.

पल्लवी- डीन साहेबांनी स्पेशल परवानगी दिली. मग मी स्टोअरकीपरच्या खनपटीला बसले. तेंव्हा हातात आले. येते मी.

अलका- अग थांब. कुणासाठी एवढी घाई करते आहेस? तू काय आजच इथे आलीस वाटते?

पल्लवी- ज्योत्स्नासाठी चालवलेय हे औषध. तिची परिस्थिती म्हणावी तेवढी बरी नाहीय.

अलका- एवढे काय झालं? अजून ब्लीडिंग थांबले नाही वाटते?

पल्लवी- ब्लीडिंग थांबलाय. पण ब्लड प्रेशर अजून खालीच आहे. (थांबते. मग हळू आवाजात विचारते) तुला समजले का?

अलका- काय ग? नाही.

ज्योत्स्ना- काल तिचा गर्भाशयच काढून टाकावा लागला.

अलका- (दचकते) काय सांगतेस काय? भयंकरच.

पल्लवी- डॉक्टरांचा नाईलाज झाला. ब्लीडिंग थांबेचना. एक सारखे सुरूच होते. अखेरीस डॉक्टरांनी गर्भाशय काढून टाकण्याचा निर्णय घेतला.

अलका- एका तरुण अविवाहित मुलीचा. आता ती कधी आई होऊच शकणार नाई.

पल्लवी- (दु:खी कष्टी स्वरात) हो ना.

अलका- काय भयंकर आहे. तिला किती तीनच महिने झाले होते ना? ही ऑपरेशन तर सर्रास चालतात.

पल्लवी- पण हिच्या वाट्याला हे आले त्याला काय करणार? तिचे नशिबच खडतर. डॉक्टरांना दुसरा उपायच उरला नाही.

अलका- अग बाई. केवढा धक्का बसेल तिला.

पल्लवी - केवढी जबरदस्त शिक्षा तिच्या कपाळी आली. क्षणभराच्या मोहापायी सार्‍या आयुष्याचा सत्यानाश झाला.

अलका - पुन्हा तो गृहस्थ नामानिराळा. त्याचे नावही उच्चारायला ती तयार नाही.

पल्लवी - तुला कुणाचा संशय येतो काय? हा गृहस्थ इथे आपल्या समोरच वावरणारा निश्चित आहे.

अलका - संशय घ्यायचा तरी कसा ? ती कधी कुणाबरोबर हिंडता फिरताना गप्पा गोष्टी करताना दिसलीच नाही.

पल्लवी - पण तुला आठवते का? त्या दिवशी इथे थिएटरमध्येच कुणाला तरी ती भेटायला आली होती. त्याचा अर्थ काय ? ती उगीच आली होती का? निश्चित इथे कुणालातरी तिला भेटायचे होते.

अलका- म्हणजे तिच्या ...तिला फसवणाऱ्या ...

पल्लवी - अर्थात .....

अलका- इथे वावरणारा म्हणजे ... डॉ. जोगळेकर नाही हे निश्चित. दामलेच लग्न गेल्या वर्षीच झाले. त्याच्या नावावर काट मारायला हवी. अनस्थेटीस्ट मोघे जक्ख म्हातारा आहे. त्याच्याकडे कुणी ढुंकून बघणार नाही. राहता राहिला एक डॉक्टर. डॉक्टर ...

पल्लवी - तोच. मला त्याचाच संशय आहे. त्या शिवाय का मेला पटापट हवी ती ओषध अप्रूव्ह करतोय. काल तिला भेटायला येऊनही गेला. इतर कुणा नर्ससाठी कधी असा मोकळा हात सोडला नव्हता राजेश्रीनी. नेहमी कटकट करायचा.

अलका - (चकित स्वरात) त्याने तिचा असा बळी घेतला.

पल्लवी - होय.

अलका - पल्लवी, एक विचारू?

पल्लवी - काय?

अलका- जोत्स्नाला त्याची कल्पनाच नसणार. होय ना?

पल्लवी- कसे कळणार? आत्ता कोण तिला सांगायला जाणार आहे. हा निर्णय झाला तेंव्हा ती बेशुद्धच होती, भूल दिली होती. समजेल केंव्हातरी एक दोन वर्षांनी. उद्या ती पुन्हा डॉक्टरकडे तपासायला जाईल, तेंव्हा पुन्हा सहा महिने तपासण्या करायचा घोळ चालेल. मग डॉक्टर लोक केंव्हातरी सांगतील.

अलका- केवढी घोर वंचना तिच्या पदरी आली. अशी दुष्ट फसवणूक. हा माणूस असे किती जणींचे वाटोळे करणार देव जाणे. आणि त्याचा सत्कार चालला आहे. त्याच्यावर पारितोशिकांचा वर्षाव होतोय. देव माणूस म्हणून त्याचा पुतळा चौकात उभा करणेनेच काय ते बाकी राहिलंय. तेही उद्या होइल म्हणा.

पल्लवी- याला इलाज काय? कोण थांबवणार हे.

अलका- आपणच थांबवायचे हे. माझ्या मनात एक कल्पना आलीय. हे आताच ज्योत्स्नाला समजायला हवे. आपणच तिला सांगायचे.

पल्लवी- केवढा धक्का बसेल तिला. कल्पना आहे का तुला.

अलका- चांगली कल्पना आहे मला. म्हणूनच सांगायचे.

पल्लवी- हा केवढा दुष्टपणा आहे.

अलका- अगदी क्रूरपणा म्हण हवे तर. पण मन घट्ट करायला हवे. इतराना याच्यापासून वाचवायचे असेल तर त्याला चव्हाट्यावर आणायला हवे. त्याची जाहीर निर्भत्सना व्हायला हवी. लोकांनी त्याच्या तोंडावर थुंकायला हवे.

पल्लवी- पण असे करताना ज्योत्स्नाच त्यात अधिक होरपळेल. त्याचे काय?

अलका- त्यामुळेच ती बंड करुन उठेल. सूड उगवायला निघेल. मला तेच हवं.

पल्लवी- पण एवढे धाडस तिच्यात आहे का? नाही तर ती पुन्हा झोपेच्या गोळ्या खैल!

अलका- तेवढे होणार नाही याची काळजी आपण घ्यायची. दोघींनी. आपण दोघींनी सारखे तिच्या आजूबाजूला राहायचे.

(रंगमंचावर अंधार होतो. पडदा पडतो.)

अंक तीन

प्रवेश २

(पडदा उघडतो तेंव्हा रंगमंचावर रिकामे व्यासपीठ दिसते. मध्यभागी मोठे टेबल व त्याच्यामागे पाच खुर्च्या आहेत. शेजारी एका लहान टेबलावर हार, फुलांचे बुके गुचछ असलेली करंडी आहे. रुमालाखाली झाकलेले चांदीचे ताट व नारळ आहे. मागे भिंतीवर "डॉ.लोधी यांचा जाहीर सत्कार" असा मोठ्या अक्षरातील कापडी फलक आहे. टेबलापुढे मायक्रोफोन. एकूण सत्कार समारंभाची जय्यत तयारी आहे. प्रथम डॉ जोगळेकर प्रवेश करतो. त्याचे कपडे चुरगळलेले, केस अस्ताव्यस्त कपाळावर आलेले आहेत. दाढी वाढलेली अशा अवतारात तो आहे. मुद्रा खिन्न, वेडसर. तो स्वतःशीच बडबडतो. हसतो. जणू त्याला वेड लागले आहे. त्याच्या पाठोपाठ अलका येते.)

जोगळेकर- लोक म्हणतात मला वेड लागलंय. पण नाही हो. मी...मी शहाणा आहे. खरच विश्वास ठेवा माझ्यावर. आता हे हे कपडे चुरगळे आहेत. अहो धोबीच आला नाही गेल्या आठवड्यात. करणार काय? अलका आता तूच सांग, मी काय नीट बोलत नाही तुझ्याशी? वेड्यासारखा बोलतोय कामी? तूच सांग.

अलका- छे रे. तुला कोण वेडा म्हणेल.

जोगळेकर- नाही, तसे तोंडावर नाही म्हणत कोणी. पण लोक मागे कुजबुजतात. मला शंका आहे. अलका, तुला आठवते का? त्या दिवशी आपण बागेत भेटलो होतो. स्टेशनजवळ, कितीतरी दिवसांनी...

(प्रकाशात बदल होतो. किंचित हिरवा स्पॉट लाईट पडतो. मध्ये एक बाक दिसते. त्यावर अलका येऊन बसते. ती वाट पहात आहे. बराच वेळ. "अलका...अलका" तिला हाक मारीत जोगळेकर स्पॉट मध्ये प्रवेश करतो. त्याचे केस आता व्यवस्थित नीट नेटके आहेत. बाकीचा अवतार, कपडे वगैरे तेच पूर्वीचे. पण चेहेरा टवटवीत, उल्हासित. सुरुवातीच्या खिन्नतेचा आता मागमूस नाही.)

अलका- अरुण किती वेळ लावलास? मी वाट पाहायची किती?

जोगळेकर- मी केंव्हाच निघालो होतो. पण स्कुटरपाशी आलो तो काय? मागचे चाक पंक्चर. एवढ्यात समोर पोस्टमन आला. त्याने हातात पत्र दिले. केवढी आनंदाची बातमी त्यात आहे त्यात. स्कुटर तशीच टाकून धावत सुटलो. रिक्षा केली. तुला बातमी केंव्हा सांगतो असे झालं.

अलका- (उत्साहाने) कसली बातमी? काय आहे पत्रात?

जोगालेगर- आपण दोघांनी स्टेटसला, अमेरिकेला जायचे.

अलका- आपण दोघांनी?

जोगळेकर- हो. हे बघ. फोर्ड फौंडेशनचे पत्र. (खिशातून एक लिफाफा बाहेर काढतो) वर्षासाठी चोवीस हजार डॉलर्स मिळणार. म्हणजे महिना दोन हजार. महिना चक्क वीस हजार रुपये. आपण दोघांनी जायचे. होय ना? तू यायलाच हवे. येणार ना? हो म्हण.

अलका- हो. हो. हो. पण...

जोगळेकर- पण बिण काही चालणार नाही. तिथे खूप मजा करायची. आपण दोघांनी सुखात राहायचे. जगाच्या शिखरावर...उंच जागी उभे रहायचे . तिथून इकडे चपटे दगड भिरकावयाचे.. तळ्याकाठी पाण्यात भिरकावतो तसे. किती भाकऱ्या मिळतात ते पहायचे.

अलका- तिथे आपल्या दोघात कुणी मध्ये येणार नाही.

जोगळेकर- रहायला अलिशान बंगला, फोन, कलर टी.वी.

अलका- मी ड्रायव्हिंग शिकणार हं. तिथे आपण खूप भटकायचे. नायगाराला जायचे...

जोगळेकर- तिथे आपला हनिमून साजरा करायचा.

अलका- कधी निघायचे?

जोगळेकर- पासपोर्ट मिळाले, व्हिसा हातात पडला की लगेच. आठ पंधरा दिवसात. फार तर एक महिना...

अलका- (त्याचा हात हातात घेत)अरुण, किती मऊ हात आहे हा! काय छान बोटे आहेत ही. लांब आणि पातळ. अशी बोटे कालाकुसरीच्या कामाची असतात. तिथे तू खूप खूप ऑपरेशन करायचीस हं.

जोगळेकर- हो आणि संशोधन करायचे. पेपर्स लिहायचे. तू बरोबर असल्यावर मी काय करणार नाही?

अलका- अरुण, पण पंधरा दिवसात तयारी कशी रे होइल? घाईच नाही का व्हायची? ब्लाउज शिवायचे. साड्या घ्यायच्या, पेटीकोटस हवेत. माझे कपडे तिकडे नाही मिळायचे. तुझे ठीक आहे. सगळ्यांचा निरोप घ्यायचा. नातलग, मैत्रिणी, इथला स्टाफ, या सर्वांचा. घाईच नाही का व्हायची?

जोगळेकर- होइल ग. आणि नाही सगळ्यांची भेट झाली तरी काही बिघडत नाही. पण एक गोष्ट निश्चित व्हायला हवी.

अलका- कोणती?

जोगळेकर- विमानात चढण्यापूर्वी आपल्या डोक्यावर अक्षता पडायला हव्यात. न्युयॉर्कला म्हणे भटजी मिळत नाही. भेटलाच तर फार पैसे मागतो. तिथे म्हणे भटजी लग्न लावत हेलीकॉपटरनेच हिंडतो. सहा सहा महिने त्याला बुकिंग असते. मुहुर्ताऐवजी त्याची अव्हेलाबिलीटी बघावी लागते. नाहीतर हॉटेलात टेप वाजवूनच लग्न करायला लागणार.

अलका- मग रे? मी मुंडावळ्या . मंगळसूत्र बरोबर घेऊ का?

जोगळेकर- निरोप समारंभ आणि लग्न समारंभ, रिसेप्शन सगळे एकाच दिवशी इथेच उरकायचे. डोक्यावर अक्षता टाकून घ्यायच्या आणि उंबरठा ओलांडून पाउल टाकायचे ते विमानातच.

अलका- काय छान कल्पना आहे, नाही का अरुण. (त्याला बिलगते)

जोगळेकर- मग हे ठरले तर.

अलका- (लाजत) हो.

जोगळेकर- (तोंड पुढे करीत) मग त्यावर शिक्कामोर्तब...

(प्रकाश मावळत असतानाच अलकाचे शब्द ऐकू येतात.)

अलका- चल चावट कुठला.

(अंधार होतो. पुन्हा प्रकाश येतो तेंव्हा अलका व जोगळेकर पूर्वीच्या जागी. आधीच्या मूडमध्ये.)

जोगळेकर- कधी मिळणार नाही असा चान्स आला होता.

अलका- (हताश स्वरात) कशाला आता त्या आठवणी काढतोस.

जोगळेकर- पण आता माझे मेडिकल रजिस्ट्रेशनच रद्द झालय. आय आम नो मोअर डॉक्टर. अलका, अग आता मी डॉक्टरच नाहीय. सारे संपलाय. खेळ खलास झाला एवढ्यात. इतक्या वर्षांची तपःश्चर्या धुळीस मिळाली.

अलका- अरुण, नको म्हणते ना. नको असा मनस्ताप करुन घेउस.

जोगळेकर- या बोटांनी मी हृदयावर ऑपरेशन केली. मेंदूतल्या गाठी काढल्या. साक्षात मृत्यूशी झुंज दिली. त्याच्या दाढेत हात घातला. ती ही बोटे...ते हे हात..आता यांच्या नशिबी आहे जन्मभर बोरुची लेखणी हातात धरणे. पाण्याच्या बादल्या वहाणे, काथ्या कुटणे, कागदाची पाकिटे चिकटविणे नाहीतर भेळीच्या पुड्या बांधणे. (थांबतो) पण, हे काय? हा खेद मी कशासाठी करतोय? का करतोय? मी स्वतः जाणूनबुजून ही कुर्बानी केली. मग आता डोळ्यात अश्रू का? एकलव्य कधी रडत बसला होता का?

अलका- समारंभाची वेळ होत आली. चल लवकर. समारंभाला जायाच असा तुझाच हट्ट होता.

जोगळेकर- मला हजर रहायलाच हवे. मी शेवटपर्यंत बसणार. सरांच्या सत्काराला मी नाही म्हणजे काय?

अलका- पण आपली जागा मागे आहे. ती बघ. ती तिथे. (बोटाने जागा दाखविते) दहाव्या रांगेत. डावीकडे. तुला तिथे बसवते आणि मग जरा जाऊन येते. थोडे काम आहे.

जोगळेकर- आता काय काम काढलेस? विसरलीस वाटते काहीतरी? हो, गजरा घ्यायचा राहिला. होय ना?

अलका- ते बघ. ते लोक इकडेच येत आहेत. जा तू. जागेवर जाऊन बस. हो पुढे.

(अलका थांबते. जोगळेकर विंगच्या टोकापर्यंत जाऊन थबकतो व मागे वळून बघतो. अलका पर्समधून कागदांचा गठ्ठा बाहेर काढत असते.)

जोगळेकर- अलका, काय करणार आहेस? हे कागद कसले? (एकदम काही संशय येऊन परत माघारी येतो) हा काही अर्ज बिर्ज तर नाही ना? गव्हर्नरला देण्यासाठी? अलका, असले काही एक मी तुला करू देणार नाही. चल, चल इथून बाहेर.

(तिचा हात धरून तिला ओढत फरफटत नेऊ लागतो.)

अलका- सोड, सोड माझा हात. सोड म्हणते ना?

(जोगळेकर ओढतच तिला बाहेर घेऊन जातो. दुसऱ्या बाजूने प्रथम देशमाने, मागोमाग डॉ. पुंडलिक, हिरालालशेटजी, नंतर डॉ. लोधी प्रवेश करतात. ते खुर्च्यांवर स्थानापन्न होतात. सत्कार समारंभ सुरु होतो. हिरालालशेटजी बोलायला उठतात.)

हिरालाल - आमच्या समारंभाचे अध्यक्ष नामदार गव्हर्नर साहेब, ज्याच्या सत्कारासाठी आपण आज येथे जमलो आहोत, ते धन्वंतरी डॉ. लोधी, डॉ पुंडलीक आणि उपस्थित बंधू भगिनीनो, डॉ लोधी बद्दल मी नव्याने काही सांगावे असे नाही. आजच्या युगातला एक महान सर्जन , एक मोठ्या अंतःकरणाचा दिलदार माणूस, एक महामानव, असेच त्यांचे वर्णन करायला हवे. ते डॉ लोघी, आपणा सर्वांच्या परिचयाचे आहेत. आपल्यापैकी बहुतेकाचा त्यांचा व्यक्तीशः परिचय आहेच....

(भाषण सुरु असताना हळूहळू हिरालालचा आवाज लहान होत जातो. प्रकाश लोधीच्या चेहऱ्यावर स्थिर होतो. बाकीचा प्रकाश अंधुक होतो. ठकठक ...ठकठक ... हे ठोके ऐकू येतात. भाषण बंद होऊन या पार्श्वभूमीवर मोठे.. दोन स्पॉट लाईट पडतात. एक लोधीवर, दुसरा लोंढेच्या चेहऱ्यावर. बाकी अंधार होतो. लोन्ढेचा आवाज ऐकू येतो.)

लोंढे - थांबव, थांबव. हे सारे अजून थांबव. तुझ्या मस्तकावरचे ओझे उतरवून ठेवण्याची हे अखेरची संधि आहे. हा बोजा घेऊन तू कुठे जाणार आहेस?

लोधी - (दचकून आजूबाजूला पहातो) पण पण मी करू काय? तुझे म्हणणे काय आहे?

लोंढे - तो बघ. तो जोगळेकर, तिथे बसलाय. त्याचा अवतार बघ. त्याला अमेरिकेला पाठवणार होतास ना? त्याला हॉस्पिटल काढून देणार होतास ना?. केवढी स्वतःची फसवणूक करीत होतास. कुठे गेली ती आश्वासने? तुला खरोखरीच काही करायचे नव्हते.

डॉ. लोधी - नाही असे नव्हते. खरच मी त्याला अमेरिकेला पाठवणार होतो. फोर्ड फौंडेशनचे पत्र सुदधा आले होते.

लोंढे - पण आता येणार आहे का त्याला जाता? त्याची वाट चाललीय आता येरवड्याकडे चक्की पिसायला. तूच त्याला थांबवू शकशील. मनावर घे. हीच ती वेळ आहे. नाहीतर जन्मभर पश्चाताप करीत राहशील. आतल्या आत पिचत राहशील त्याचा शाप बाधेल तुला. कायमची झोप हरवून बसशील. थांबव. बोलाव जोगळेकरला इथे.

डॉ.लोधी- पण.. पण.. मी

लोंढे- पुरे झाला स्वतःचा विचार. जन्मभर स्वतःचाच विचार करीत आलास. निदान आता तरी..

डॉ.लोधी- पण हा आजचा दिवस पार पडू दे. उद्या..उद्या मी जोगळेकरला..

लोंढे- नाही. लक्षात ठेव. तो उद्या कधी उगवणारच नाही. तू उद्या उद्याच म्हणत रहाशील. तुझ्या असल्या थापेबाजीला मी बळी पडणार नाही. मी फक्त मीच तुला ओळखून आहे. पण लक्षात ठेव, माझ्या तावडीतून तुला सुटका नाही. माझी सोबत तुला टाळता येणार नाही. माझा वार तुला चुकविता येणार नाही.

(त्याच्या चेहेऱ्यावरचा स्पॉट लाईट जातो. लोंढे आत जातो. एकदम रंगमंचावर पूर्ववत प्रकाश होतो. हिरालालाचे भाषण मोठ्या आवाजात ऐकू येऊ लागते.)

हिरालाल- तर आता गव्हर्नर साहेबाना डॉक्टर लोधीन्चा सत्कार करण्याची मी आपणा सर्वा तर्फे विनंती करतो.

(टाळ्यांचा कडकडात. हिरालाल मागे वळून हार गव्हर्नर साहेबांचे हातात देतात.)

गव्हर्नर- तर आता डॉ लोधी यांनी केलेल्या मानवजातीच्या सेवेबद्दल मी आपणा सर्वातर्फे त्यांचा सत्कार करीत आहे.

(गव्हर्नर हार घेऊन खाली वाकतात. लबडब लबडब ठोके ऐकू येतात. डॉ लोधी किंचित मान लवून उभा रहातो. हिरालाल, डॉ.लोधी. गव्हर्नर यांच्या एक्शन एकदम फ्रीज होतात. क्षणमात्र रंगमंचावर अंधार. मग लोधीच्या चेहरयावर स्पॉट लाईट. बाकी सर्व फ्रीज झालेले.)

डॉ.लोधी- थांबा..थांबा. हा सत्कार माझा नाही.

(उठून बाहेर जातो व जोगळेकरला घेऊन येतो. त्याला सर्वांच्या पुढे उभा करतो. गव्हर्नराच्या हातातला हार घेऊन जोगळेकरच्या गळ्यात घालतो. हा प्रसंग डॉ. लोधीच्या मनात घडत आहे. तो आपण पहात आहोत. त्या दृष्टीने सूचक असे वेगळे पार्श्वसंगीत.)

डॉ.लोधी- आजच्या सत्काराचा हा हा डॉ. जोगळेकर खरा मानकरी आहे. मी आजवर जी जी ऑपरेशन केली आहेत, ती सर्व यानेच केली आहेत. हा खरा जन्मजात सर्जन आहे. मी आजवर नाटकातली भूमिका करावी तशी सर्जनची भूमिका वठवीत आलो आहे. त्याच्या मागचा खरा करता करविता हा होता. बुरख्याआड राहून खरी कामगिरी तो बजावत होता. हा सगळा सन्मान त्याचा आहे. मी एक साधा रस्त्यावरचा माणूस. फार तर एक नट, अभिनेता. पण या डॉ. जोगळेकरची थोरवी काय सांगावी. आपली कला आणि यश तर त्याने मला देऊ केलेच. पण माझे अपयशही त्याने स्वीकारले. स्वतःच्या माथ्यावर माझ्या कलन्काचा टीळा लावून घेतला. स्वतःची मान पुढे केली. स्वतःचा बळी दिला. आज त्याला वाचवायला मी पुढे व्हायला हवं. ते माझे कर्तव्य आहे. ते मी आज करायला हवे. नाही केले तर जन्मभर मी आतल्या आत पिचत राहीन. विचार करकरून माझे मस्तक फुटून जाईल. मी वेडा होईन. मला माफ करा. हे मी यापूर्वीच करायला हवे होते. पण निदान आता तरी हां सत्कार ज्याचा त्याला जाऊ देत.

(हातातला हार तो डॉ. जोगळेकरच्या गळ्यात घालतो. पुन्हा टाळ्यांचा कडकडात ऐकू येतो. दोन्ही स्पॉट लाईट, जोगळेकरच्या तोंडावर असलेला आणि लोधीच्या तोंडावरचा, मालवतात. स्टेजवर पूर्ण अंधार होतो.)

(स्टेज पुन्हा प्रकाशित होते. त्यावेळी स्टेजवर जोगळेकर नाही. लोधी व गव्हर्नर पूर्वीच्याच फ्रीज अक्शन पोजमध्ये दिसतात. मधले मनात घडलेले दृश्य संपून पूर्वीची हालचाल सुरु होते. गव्हर्नर लोधीच्या गळ्यात घालतात. त्याच्या खांद्यावर शाल पांघरून घालतात. चांदीचे ताट व नारळ डॉ. लोधीचे हातात देतात. डॉ.लोधीच्या चेहरयावर कमालीचा खिन्नपणा वा वेदना दिसतात. ओठावर बळेच खोटे हास्य आणून तो प्रेक्षकाना आणि गव्हर्नरला नमस्कार करतो.)

(अंधार आणि पडदा. अंक ३, प्रवेश २ समाप्त.)

अंक तीन

प्रवेश ३

(स्थळ- अंक १ मधील लोधीच्या रहात्या घरातील दिवाणखाना. प्रवेश २ नंतर २ तास गेलेले आहेत. रात्री साडे दहा ते अकराच्या दरम्यानची वेळ. टेबलावर सत्कार समारम्भातला हार, फुलांचा बुके आहे. काही फुले जमिनीवर इतस्ततः विखुरलेली आहेत. शाल सोफ्यावर भिरकावून दिलेली आहे. चांदीचे ताट पुढे स्टेजवर पडलेले आहे. मध्येच कुठेतरी नारळ पडलेला आहे. दारूच्या कैफात सगळे उधळून दिल्यामुळे वस्तू अशा पडलेल्या आहेत.

समोर टीपायवर व्हिस्कीची बाटली जवळ जवळ संपत आलेली दिसते. शेजारी पाण्याचा जग, ग्लास आणि अर्फाचे काचपात्र आहे. डॉ. लोधी मद्याचे पेले रीचावतो आहे. तो बेभान झालेला आहे.)

डॉ.लोधी- जोगळेकर आता तरी खुश झाला असेल. मी ऐन समारंभात त्याला स्टेजवर आणले. त्याचा सत्कार केला. त्याचे श्रेय त्याला दिले.

(विन्गमधून लोंढे येतो. नेहेमीच्या जागेवर स्पॉट मध्ये उभा रहातो.)

लोंढे- जागा हो गृहस्था. ते तुला पडलेले स्वप्न होते.

डॉ.लोधी- स्वप्न नाही. नाही. खरच होते ते. खरच.

लोंढे- तो भास होता. भ्रम होता. नाहीतर ही शाल, हा हार, ते चांदीचे ताट इथे कसे आले असते? डोळे उघड. एवढा काही तू प्यालेला नाहीस.

डॉ.लोधी- नाही. नाही. हे शक्य नाही. मी मी तर त्याला हाताला धरून ओढत स्टेजवर घेऊन आलो. तो इतका खुश झाला होता. त्याला पहायला हवे होतेस तू. (स्वतःशीच खुशीत हसतो) त्याच्या चेहेऱ्यावरचे समाधान पाहून मला मोठा आनंद झाला. समाधान वाटले. (मोकळेपणाने सोफ्यावर रेलून ऐसपैस बसतो. व्हिस्कीचा पुन्हा एक घोट घेतो.)

लोंढे- साबळे गुरुजींचा मुलगा कोर्टात गेला होता. त्याचा निकाल लागला आज. आजचे पेपर पाहिले नाहीत वाटते तू. कोर्टाने त्याच्या मुलाला जोगळेकरने दीड लाख रुपये नुकसान भरपाइ दाखल द्यावे असा हुकुम दिलाय. शिवाय सहा महिने तुरुंगवास.

डॉ.लोधी- दीड लाख रुपये! कुणी? जोगळेकरने? तो कुठून देणार? मी..मी..

लोंढे- बकवास बंद कर. का वाफ दवडतोस? जोगळेकरचा बंगला उद्या लिलावात विकला जाणार आहे. पण दीड लाख रुपये उभे होत नाहीत तेवढ्याने. तो जाणार आहे तुरुंगात. येरवडयात. ते चुकत नाही त्याच्या वाटचे.

डॉ.लोधी - नाही, नाही हे शक्य नाही. मी होऊ देणार नाही. मी पुढे होईन त्याला सोडवीन, त्याला अमेरिकेत पाठवीन. पुन्हा नवा डाव मांडायला मदत करीन तरच मला शांत झोप लागेल. माझी ही तगमग थांबेल. मला बघता येईल.

(बाहेर पावलांचे आणि दारांचे आवाज येतात, तसा लोंढे अंतर्धान पावतो. रामाचा आवाज येतो)

रामा- बाई ... बाई, थांबा ...चाललात कुठे?

ज्योत्स्ना- कुठे आहेत साहेब?

रामा- साहेब कामात आहेत. अहो थांबा म्हणतो ना, कोण तुम्ही?

(डॉ. लोधीचे अर्थात इकडे लक्ष नाही. जोत्स्ना धावत आत शिरते . तिचा हात झाग्यात लपलेला आहे. हॉस्पिटलामधले रोगी घालतात तसा पांढरा मांजरपाटचा झगा तीने साडीवरून घातलेला आहे. हॉस्पिटल मधील खोलीतून नर्सला चुकवून ती आलेली आहे. केस अस्तावस्त , चेहरा पांढरा, अशक्त साध्या हालचालीही मोठ्या कष्टाने करते. पण आता एक प्रकारच्या धुंदीत आहे. सोफ्याच्या मागे येऊन ती झाग्यात लपवलेला हात वर उचलते, त्या हातात स्वयपाक घरातील लांब सुरी आहे. लोधीच्या पाठीत सुरी खुपसण्यासाठी ती वार करते. तोच मागून आलेला रामा तिचा हात धरतो. तो ओरडतो " साहेब, सावध व्हा , ही बया तुमाला मारतीय."

रामा जोत्स्नाचा हात पिरगाळतो, तिच्या हातातली सुरी गळून पडते. सण ण आवाज करीत सुरी लोधींच्या पुढे त्यांच्या पायापाशी पडते. त्यानंतर रामा ज्योत्स्नाला दूर ढकलतो, ती होलपडत लोधींच्या पुढ्यात चार पाच फूट अंतरावर पडता पडता सावरते.)

डॉ. लोधी - कोण? जोत्स्ना तू...तू..

रामा - ही बाई मान खाली घालून धावत धावत आत शिरली, मी थांब थांब म्हणतोय तर तशीच पुढे आली. आत झग्यात हात लपलेला, देवाने खैर केली आज तुम्ही वाचलात बघा.

डॉ. लोधी - (आता कुठे भानावर येतो. काय घडलय त्याच्या लक्षात येते, तो खाली पडलेली सुरी उचलून हातात घेतो. तिच्याकडे उलट सुलत करुन निरखून पाहतो.) सुरी सुरी आहे ही. ही चांगली धारदार आहे.

रामा - साहेब पोलिसांना फोन करू?

डॉ.लोधी- रामा, तू बाहेर हो पाहू. बाहेर उभा रहा. मी पहातो काय करायचे ते.

रामा- साहेब, या बाईंचे डोके ठिकाणावर न्हाय. सावध रहाया होव. मी हितच थांबतो. पुन्हा काय केला तर? तुमी बी...(व्हिस्कीच्या ग्लासकडे बोट करतो.)

डॉ.लोधी- मी ठीक आहे. माझी काळजी तुला नको. तू बाहेर जा.

रामा- पण..

डॉ.लोधी- मी ओळखतो या बाईना. जा तू. काही करायची नाही ती आता.

(मागे पहात पहात रामा नाईलाजाने बाहेर जातो.)

डॉ.लोधी- ज्यतोस्ना,

ज्योत्स्ना- (बोलत नाही.)

डॉ.लोधी- पुन्हा चिडलीस. रागावलीस. मी तुला नकोसा झाला. होय ना? ज्योत्स्ना, अग मी तुझ्याशी बोलतो आहे.

ज्योत्स्ना- मला तुमच्याशी एक शब्द बोलायचा नाही. बोलवा पोलीस. सांगा रामाला. मला पोलिसांच्या हवाली करा. मी तयार आहे.

डॉ.लोधी- पोलीस? (विषण्ण हसून) पोलीस कशाला हवेत इथे?

ज्योत्स्ना- मी तुमचा खून करायचा प्रयत्न केला ना? (आवेशाने) पण एकदा हरले म्हणून मी मागे हटणार नाही. पुन्हा संधि साधून... दुष्ट, नराधम..मला फसविलेत ते फसविलेत. तेवढ्यावर तुमच्या मनाचे समाधान झाले नाही. वर हा डाव टाकलात?

लोधी- हे मी का केले? मुदाम का कुणी केले? नाईलाज झाला. आम्हा सगळ्यांनाच खूप वाईट वाटले. तुला वाचविण्यासाठीच ते अवश्य होते. करायलाच हवे होते. दुर्दैव. तुझे, आपले दोघांचे.

ज्योत्स्ना- नाईलाज, दुर्दैव. हवे ते शब्द वापरा. पण आता मी कधी आई होइत का? एकदा तरी? पुरा विध्वंस केलात माझा. पुन्हा तुम्ही आपले मोकळे, दुसऱ्या मुलीचा नायनाट करायला.

लोधी- ज्योत्स्ना काय म्हणतेस हे? असे बोलवते तरी कसे तुला? (एकदम विकल होऊन) घे ही सुरी घे. (सुरी तिच्या हातात देतो) चालव ही माझ्या मानेवर. खुपस माझ्या ह्रदयात. इथे कुणी येणार नाही तुला अडवायला.

(ज्योत्स्ना सुरी हातात घेते, एकवार सुरीकडे पहाते. सुरी हातात असलेला हात वर उगारते. तिचा हात थरथरत वरच रहातो.)

लोधी- ज्योत्स्ना मी खरच तुझ्यावर प्रेम केले. करतोय. तुला फसवायचा माझा कधीच विचार नव्हता. पण हे काहीतरीच होऊन बसलय ग. भलतेच. कल्पनेपलिकडचे. आपण सगळेच नियतीच्या हातातली खेळणी असतो. बाहुल्या असतो. मी तुला फसविले. खरच फसवले. पण ते प्रेमात नाही. माझे तुझ्यावर प्रेम होते. अजून आहे. मरेपर्यंत तसेच टिकून राहील. मी फसविले दुसऱ्याच बाबतीत. तुम्ही कुणीच मला खरे कधी ओळखलेच नाही. सगळ्यांनीच. घेतली भूमिका मी वठवीत राहीलो. आजपर्यंत. मला माहीत आहे मी जगायला नालायक आहे. माझ्या या ह्रदयात घाण साचून राहिलीय. तिथे नरक आहे. एकदा मला पूर्ण ओळखल्यावर कुणीच माझ्यावर प्रेम करणार नाही. खुपस ती सुरी या ह्रदयात. दे वाट करुन या घाणीला. मला मोकळे कर. माझी सुटका कर. निदान मरताना मला मोकळा स्वास घेऊ दे.

(एवढ्यात बाहेर बेल वाजते. रामा गडी आत येतो.)

रामा- साहेब, बाहेर कोणी डॉक्टर आलेत भेटायला. आता भेट व्हायची नाही म्हणालो मी. पण ते जायला तयार न्हाईत.

डॉ. लोधी- कोण? काय नाव? आता नाही. उद्या या म्हणाव.

रामा- नाव बी सांगत नाय. निसत भेटायचे म्हणतात. अर्जंट काम हाये. इस्पितळात असतेत.

(हा वेळपर्यंत एक तरुण चुपचाप आत येऊन उभा राहिलेला असतो.)

डॉ. लोधी- आता यावेळी कस भेटणार त्याला? ही काय भेटायची वेळ आहे? मी.. माझे डोके ठिकाणावर नाही. हे..(हातातल्या पेयाचा निर्देश करतो) उद्या भेटायला सांग त्याला.

(तरुण पुढे येऊन लोधीचे पाय धरतो.)

तरुण- साहेब, वाचवा, वाचवा मला.

डॉ.लोधी- अरे काय चाललय काय? वाचवा काय? तू कोण? कशाचे काम आहे? (पाय मागे ओढून घेतो.)

तरुण- (तरुण भ्यालेला आहे) मी डॉक्टर परांजपे. वॉर्ड दहा मधला रजिस्ट्रार. (रामा निघून जातो)

डॉ. लोधी- मग एवढे भ्यायला काय झाले. बस, बस इथे. केअर फॉर अ ड्रिंक? रामा ग्लास लाव.

परांजपे- मी पीत नाही साहेब. कधी घेतली नाही अजून. नको. नको. खरच.

डॉ.लोधी- (मोठ्याने हसत) अरे..अरे..काय हे? सोशल ड्रिंकिंग इज मस्ट फॉर डॉक्टर. सगळ्या थरात डॉक्टरला मिसळता आले पाहिजे बघ. पण काही हरकत नाही. शांत हो. शांत हो. रीलाक्स. हो आता सांग बरे काय झालंय?

परांजपे - मी दुपारी एका लहान मुलावर ऑपरेशन केल. त्याच्या पायाचे हाड मोडले होते. लहान मुलगा होता. पायाची दोन्ही हाडे मोडली होती. तो गच्चीवरून खाली पडला होता. तो मुलगा एक तासापूर्वी गेला.

डॉ. लोधी- तुझे वरिष्ठ होते ना ओपेरेशनच्या वेळी हजर. त्याना ठाऊक आहे ना सगळे?

डॉ. परांजपे- ते फोनवर सापडतच नव्हते. मी सगळीकडे फोन केले. कुणी फोन उचलतच नव्हते. वाट पहायला वेळ नव्हता. मी त्याला तसाच टेबलावर घेतले. तो आधीच फार खालावलेल्या, खराब परिस्थितीत होता. थांबायला वेळ नव्हता.

डॉ.लोधी- मग..त्याना फोन करुन सांगितलेस सगळे? निदान आता, नंतर?

परांजपे- हो. पण ते रागावले आहेत. मी का हात लावला म्हणतात. ऑपरेशनच करायला नको होते असे म्हणतात.

डॉ.लोधी- ऑपरेशनमुळे मेला..

परांजपे- असेच ते म्हणतात. ते माझ्याबद्दल रिपोर्ट करणार आहेत. माझ्या हलगर्जीपणामुळे..

डॉ.लोधी- पोरगा दगावला असे त्यांचे म्हणणे.

परांजपे- सर, मला वाचवा.

डॉ.लोधी- (आत्मविश्वासाने हळुवार स्वरात) बेटा, घाबरू नकोस. मी आहे तुझ्या पाठीशी. मी तुझ्या मागे उभा राहीन. मी ऑपरेशनच्या वेळी तिथे हजर होतो म्हणून सांगीन. बिलकुल घाबरू नकोस. भिण्याचे काही एक कारण नाही.

परांजपे- माझी करिअर संपेल सर. मला मला सर्जन व्हायचे आहे.

डॉ.लोधी- म्हणूनच मी तुला सांभाळून घेईन. मोठा करीन. खूप मोठा करीन. अमेरिकेला पाठवीन . छान छान ऑपरेशन करायची संधि देईन. मोठा सर्जन व्हायचे तू बेटा. या कॉलेजचे नाव दशदिशात गाजवायचे,

(परांजपेचा चेहेरा आनंदाने उजळतो. लोधी पुन्हा पेल्यात व्हिस्की ओततो.) जा. जा. तू शांत मनाने जाऊन झोप. मी बघतो. तू काळजी करू नकोस.

परांजपे- आभारी, आभारी आहे सर.

(परांजपे निघून जातो. प्रकाश अंधुक होतो. स्पॉट लाईट लोधीच्या चेहरयावर. दुसऱ्या स्पॉट पडतो, त्यात मध्ये लोंढे येऊन उभा रहातो)

लोंढे- अरे काय चालवले आहेस? पुन्हा हा खेळ कशाला? तू आताच मरायला तयार झाला होतास ना? विसरलास का?

डॉ.लोधी- मग त्याला फासावर जाऊ द्यायचे वाटते? तरुण आहे, बिचारा. चूक घडते हातून. त्याला सावरायचे कुणी? मी त्याला मदत करीन. मागच्या सारखे नाही होऊ देणार. तसे नाही आता व्हायचे.

लोधी- म्हणजे जोगळेकरची वाट लागली तशी?

लोधी- (जोरात) चूप. एक शब्द बोलू नकोस. (एकदम विकल होऊन) आता नाही तसे होणार. खरच आता नाही. तसे होऊ देणार नाही. वाटेल ते मी सहन करीन. माझे नाव खराब झाले तरी चालेल. पण हे रोप मी वाढविनच. त्याचा मोठा वटवृक्ष होइल. हजारोना सावली देईल, असा वटवृक्ष.

(स्पॉट लाईट मावळतात. प्रकाश पूर्ववत होतो. लोंढे आत जातो. डॉ लोधी जणू स्वप्नातून जागा झाल्यासारखा आजूबाजूला पहातो. त्याची नजर ज्योत्स्नावर पडते.)

लोधी- ज्योत्स्ना..तू..तू इथे कशी? आता या वेळी? अग रात्रीचे दहा वाजून गेले ना, आणि तुझ्या हातात सुरी? (एकदम आठवून) अरे हो .आठवले. आठवले. तू माझा खून करायला आली होतीस नाही का? खरच संपवून टाक हा खेळ.

ज्योत्स्ना- पण हा परांजपे! मग त्याला पाठीशी कोण घालील?

डॉ.लोधी- मी , मी आता या खेळाला वैतागलोय. कंटाळा आला. वैताग आला. खूप खूप सहन केले मी. आधी दारिद्र्याशी गाठ. त्यातून बाहेर पडलो तर हा हा दुसरा, त्याच्या तावडीत सापडलो.

ज्योत्स्ना - दुसरा कोण?

डॉ.लोधी- मीच. माझ्या ह्रदयात बसलेला दुसरा मी. हा मला धड काही करू देत नाही. सदोदित भांडत बसतो. तडफडतो. जात नाही. ठाण मांडून बसतो. सुखाने जगू देत नाही. झोपू देत नाही. काही करू देत नाही. पिळून काढत असतो. साता जन्माचा वैरी आहे माझा. मी..मी.. खरच पाया पडतो तुझ्या. खुपस ती सुरु, सोडव मला. (तिच्या पाया पडू पहातो. ती मागे सरकते). नाहीतर.. नाहीतर या झगड्यात मला साथ दे. मी अगदी एकटा आहे ग, एकटा त्याच्याशी गेली पंचवीस वर्षे झगडतोय. तू मला साथ दे. आपण दोघे मिळून..

ज्योत्स्ना- आहे अशी.. कराल माझ्याशी लग्न? लक्षात घ्या, मी आता आई नाही व्हायची कधी.

डॉ.लोधी- मला साथ द्यायची. या झगड्यात माझी आई व्हायचे. मला वाचवायचे. माझ्याबाजुने उभे राहायचे. आपण या परांजपेला पाठीशी घालायचे. मोठा सर्जन होइल तो जोगळेकर सारखा . मी, मी एक साधा माणूस. पण केवढा मोठा सर्जन मी घडवला? एका साध्या..

ज्योतास्ना- साधा माणूस..एका साध्या माणसाने.. हे काय चालवले आहे तुम्ही? तुम्ही सुद्धा सर्जन आहात एफ.आर.सी.एस.

(प्रकाश एकदम अंधुक. दुसरा स्पॉट पडतो. त्यात लोंढे येऊन उभा रहातो.)

लोंढे- सांग, सांग तिला तू एक साधा कंपाउंडर आहेस म्हणून. तुझी जीवनसाथी म्हणून हवीय ना तुला ती? सांगून टाक खरे सत्य.

(स्पॉट लोधीच्या चेहरयावर. सांगू का नको या संभ्रमात तो दिसतो. लोंढेच्या चेहेऱ्यावरचा स्पॉट मालवतो.)

लोधी- मी एका साधा माणूस आहे. मोकळ्या स्वभावाचा. मला कपट, खोटेपणा कसा असतो ते अजिबात माहीत नाही. राजकारण माहीत नाही.

(पुन्हा लोंढेच्या चेहरयावर स्पॉट)

लोंढे- बघ, पुन्हा हरलास. हरलास. (स्पॉट मावळतो)

ज्योत्स्ना- मला एक सांगा. माझ्यावर अजून अजून प्रेम आहे ना तुमचे? पूर्वी होते तसे?

डॉ. लोधी- कसे सांगू म्हणजे पटेल तुला? काय पुरावा देऊ? शक्य असते तर हे हृदय फाडून दाखविले असते. खरच या एकाकी आयुष्यात मला साथ हवी तुझी.

ज्योत्स्ना- मग गेले दोन दिवस मी दिवसरात्र तळमळत असताना का नाही माझ्या शेजारी येऊन बसलात? का नाही माझे मस्तक तुमच्या मांडीवर घेतलेत? मी तुमची किती वाट पहात होते. मी हाडामासाची जिवंत स्त्री आहे. तुमच्या अनाटॉमी म्युझियममधील काचेत ठेवलेला नमुना नाही याचा विसर कसा पडला तुम्हाला?

डॉ.लोधी- (कोरड्या आवाजात) अग मी कामात होतो. सवडच नाही झाली. मला वाटले तुला हे माहीतच नाही. तुला धक्का बसेल म्हणून सांगितले नव्हते. एवढ्यात तुला समजणारच नव्हते.

ज्योत्स्ना- जन्मभराची साथ मागता आणि अशी फसवणूक करता. अजून तोंडावरचा मुखवटा काढायची तयारी नाही. रत्नागिरीचे नानासाहेब फाटक माझे दूरचे नातलग लागतात. ते भेटले होते मला. त्यांचा संशय.. कदाचित.

डॉ.लोधी- (एकदम तिला थांबवीत) ज्योत्स्ना मला तू हवी आहेस. तुझे प्रेम मला हवं. त्याशिवाय मी जगू शकणार नाही.

ज्योत्स्ना- नाही. पण मला नाही ते शक्य व्हायचे. निदान आता नाही. तुम्हाला हवी रात्री थोपटणारी, अंगाई गाणारी आई. तुमच्या वासना पुरवणारी बाई. प्रेम नकोय तुम्हाला. प्रेम कशाला म्हणतात ते तरी तुम्हाला कुठे ठाऊक आहे?

(ती वळते. एक एक पाउल टाकीत ती जाऊ लागते. डॉ. लोधी "ज्योत्स्ना, ज्योत्स्ना " म्हणत तिच्या मागे जातो. ती तशीच जात रहाते. डॉ. लोधी पाठमोरा असतानाच खदखदा हसत लोंढे प्रवेश करतो. लोधी दचकून मागे वळतो.)

डॉ.लोधी- पुन्हा तू?

लोंढे- हो. मीच.

डॉ.लोधी- पण आता मी तुला भीत नाही. मला माझा मार्ग समजला आहे.

लोंढे- विसर ते. ज्योत्स्ना काय म्हणाली ते आठव. नाना फाटकला संशय आला आहे. एव्हाना तो सी.आय.डी. कडे गेला सुद्धा असेल. त्या षडयंत्रातून तू सुटणार नाहीस. लक्षात ठेव.

डॉ.लोधी- (भयाने व्याकुळ होऊन) म्हणजे आता यानंतर इथपर्यंत आल्यानंतर.. पुन्हा हे.. नशिबात माझ्या ?

लोंढे- त्यातून सुटका नाही आता.

डॉ.लोधी- नाही. नाही. (कपाटातून गोळ्यांची बाटली काढतो) हे पाहिलस, (गोळ्या ग्लासमध्ये टाकतो. त्यात व्हिस्की ओततो व ग्लास ओठाला लावतो. मी मी अशी माझी सुटका करुन घेईन.

लोंढे- (पुढे येऊन त्याच्या हाताला फटका मारतो. ग्लास सांडतो. लोधीचा हात थरथरत रहातो.) ठेव. ठेव खाली. तुला मी नाही पिऊ देणार, मी नाही तुला पिऊ देणार. अरे मेलास की तू सुटलास. तू पीतच रहायला हवास. अरे तुला असा आडवाटेने मृत्यू आपलासा करता येणार नाही.

लोधी - पण मग मी करू तरी काय? तूच सांग.

लोंढे - आपल्या प्राक्तनाची फळे भोग. तू असाच तळमळत रहा. मरेपर्यंत हेच तुझ्या नशिबी आहे. हा! हा! हा!

(विकट हसत असतानाच पडदा पडतो.)

समाप्त

Made in the USA
Monee, IL
22 August 2025

24010622R00056